फुले आणि काटे

वि. स. खांडेकर

मेहता पब्लिशिंग हाऊस

- *या पुस्तकातील लेखकाची मते, घटना, वर्णने ही त्या लेखकाची असून त्याच्याशी प्रकाशक सहमत असतीलच असे नाही.*

PHULE AANI KATE by V. S. KHANDEKAR

फुले आणि काटे : वि. स. खांडेकर / समीक्षालेख

© सुरक्षित

मराठी पुस्तक प्रकाशनाचे हक्क मेहता पब्लिशिंग हाऊस, पुणे.

प्रकाशक : सुनील अनिल मेहता, मेहता पब्लिशिंग हाऊस,
१९४१, सदाशिव पेठ, माडीवाले कॉलनी, पुणे - ४११०३०.

मुखपृष्ठ : चंद्रमोहन कुलकर्णी

प्रकाशनकाल : १९४४ / ऑक्टोबर, १९९६ / सप्टेंबर, २००४ /
ऑक्टोबर, २०१० / पुनर्मुद्रण : नोव्हेंबर, २०१३

ISBN 81-7161-587-2

प्रतिभासंपन्न पंडित
आणि
मातृभाषेचे एकनिष्ठ उपासक
कै. डॉ. **श्री.व्यं. केतकर**
आणि
कै. डॉ. **मा.त्र्यं. पटवर्धन**
यांच्या स्मृतीस

दोन शब्द

या संग्रहातले बहुतेक सर्व लेख प्रासंगिक आहेत. मात्र प्रासंगिक कविता आणि प्रासंगिक लेख यांची जात एक नसते, हे वाचकांनी विसरू नये. प्रासंगिक कविता इतकी हुकमेहुकूम तयार करावी लागते की, उन्हाळ्यात मारवाडातल्या विहिरीत जेवढे पाणी असते, तेवढेच असल्या कवितांत काव्य सापडते. प्रासंगिक लेखांची गोष्ट थोडी निराळी आहे. आपल्या आवडीच्या विषयावर लेखकाने हौसेने लिहिलेले लेख असतात ते. पण नियतकालिकांतून प्रसिद्ध होणाऱ्या लेखांवर वेळेचे आणि पृष्ठमर्यादेचे अशी दोन बंधने असतात. गौरवग्रंथाकरता लिहिलेल्या लेखांच्या बाबतीत आणखी एका बंधनाची भर पडते, ते म्हणजे प्रसंगाचे औचित्य. ही दुहेरी अथवा तिहेरी बंधने संभाळून आपल्या लेखनकलेचा जेवढा विलास दाखविता येईल, तेवढाच विलास लेखक अशा स्फुट लिखाणात दाखवू शकतो.

म्हणून हजार फुटांच्या छोट्या चित्रपटांशीच अशा लेखांची तुलना करणे योग्य होईल. केळकर, तांबे, खाडिलकर हे सारेच साहित्यिक मोठमोठ्या प्रबंधाचे विषय आहेत. त्यांच्याविषयी असले त्रुटित लेख वाचणे म्हणजे मेजवानीच्या अपेक्षेने जाऊन भातपिठले खाऊन येण्यासारखे आहे, हे मी कबूल करतो.

'केळकरांचा विनोद' हा लेख मी १९३२ साली लिहिला. त्यापूर्वीच 'कोल्हटकरांचा विनोद' या नावाची एक लेखमाला मी लिहिली होती. कोल्हटकर, केळकर, गडकरी, चिंतामणराव जोशी वगैरेंच्या विनोदावर निरनिराळे चर्चात्मक लेख लिहून ते एकत्रित केल्यास एक वाचनीय पुस्तक तयार होईल, असा विचारही त्या वेळी माझ्या मनात येऊन गेला

होता; पण जीवनाप्रमाणे वाङ्मयातही विचार आणि आचार यांच्यात अंतर पडते. हे काम माझ्या हातून झाले नसले आणि होणे शक्य नसले, तरी कोल्हटकरांपासून अत्र्यांपर्यंतच्या प्रमुख मराठी विनोदी लेखकांवर एक स्वतंत्र प्रकरण आणि 'नाटक्याचे तारे' लिहिणाऱ्या पटवर्धनांपासून वि.मा.दी.पटवर्धनांपर्यंतच्या विनोदी लेखकांचा परामर्श घेणारे एक विस्तृत प्रकरण मिळून दोनशे पृष्ठांचे एक चांगले टीकात्मक पुस्तक कुणा तरी रसिकाने लिहावे, असे मला नेहमीच वाटते. नाट्य, कादंबरी, लघुकथा, लघुनिबंध इत्यादी भिन्न भिन्न क्षेत्रांतल्या विनोद-विलासाचे विवेचन त्यात आले, तर ते पुस्तक सर्वांगपरिपूर्ण होईल. उत्कृष्ट साहित्याच्या निर्मितीला अभिजात वाङ्मयीन अभिरुची नेहमीच साहाय्य करीत असते. त्या अभिरुचीचे संवर्धन स्वतःची टिमकी वाजविण्याकरता साहित्यिकांनी काढलेल्या वर्तमानपत्रातून येणाऱ्या एकांगी, त्रुटित आणि पूर्वग्रहदूषित टीकेने कधीच होणार नाही. ऐतिहासिक दृष्टीने व तुलनात्मक पद्धतीने अभ्यास करून लिहिलेल्या पुस्तकांनीच तिचे पोषण होऊ शकेल.

या संग्रहातले काही लेख निव्वळ रसग्रहणात्मक आहेत; काही मुख्यत: टीकात्मक आहेत. त्यामुळे केळकरांवरला लेख वाचून खाडिलकरांवरला लेख वाचणाऱ्या अलीकडल्या वाचकाला माझ्या लिहिण्यात भयंकर पक्षपात आहे, असा भास होण्याचा संभव आहे. 'वनभोजन'मध्ये आलेला 'खाडिलकरांचा कलाविलास' हा माझा लेख ज्यांनी वाचला आहे, त्यांना खाडिलकरांच्या नाट्यप्रतिभेविषयी मला किती आदर आहे, हे सांगायलाच नको. 'भाऊबंदकी', 'कीचकवध', आणि 'विद्याहरण' या नाटकांचे नुसते आरंभ पाहावेत. किती नाट्यमय, किती कौशल्यपूर्ण आणि किती परिणामकारक आहेत ते!

अशा नाट्याचार्यांवर १९२७मध्ये मी 'मेनके'च्या निमित्ताने शस्त्र उपसले.

मोठ्या माणसाकडून झालेला अपेक्षाभंग हे या कठोर टीकेचे एक प्रमुख कारण होते. दुसरे कारण त्या वेळी टीकाक्षेत्रात नुकताच सुरू झालेला माझा संचार हे होते. पहिल्या-पहिल्यांदा टीकाकार स्वतःच्या प्रहारशक्तीच्या प्रदर्शनावरच खूश असतो. कुऱ्हाड ही लाकडे फोडण्याकरता असते, जिवंत झाडे खच्ची करण्याकरता नाही, हे जसे छोट्या जॉर्ज वॉशिंग्टनला कळले नाही, त्याप्रमाणे ते बालटीकाकाराला सहसा उमजत नाही. टीकेकरता हातात लेखणी घेताच त्याच्या अंगात संचार होतो. मग तो देवाचा असतो म्हणा अथवा भुताचा असतो म्हणा. मात्र या पुस्तकातल्या टीकेत कथावस्तू आणि तिच्या बैठकीकरता उपयोजिलेले तत्त्वज्ञान यांच्यात सुसंगती, समरसता आणि प्रमाणबद्धता नसली की, प्रतिभाशाली लेखकसुद्धा कसा नीरस होतो, हे जे मी दिग्दर्शित केले आहे, त्याचे महत्त्व वाङ्मयदृष्ट्या अजूनही आहे. खाडिलकरांनी केलेली ही चूक आज राजकीय कादंबऱ्या लिहिणारे अनेक कादंबरीकार आणि प्रचारात्मक कथावाङ्मय लिहिणारे अनेक लेखक करीत आहेत.

खाडिलकरांच्या नाट्यवाङ्मयावर वरेकरांसारख्या त्यांच्याच तोडीच्या नाट्यलेखकाच्या हातून एखादा विस्तृत चर्चात्मक ग्रंथ होणे अत्यंत अवश्य आहे. इतकेच नव्हे, तर दाते, कारखानीस, बोडस, बालगंधर्व प्रभृती श्रेष्ठ नटांच्या अनुभवांतून त्यांच्या नाट्यगुणांचे दर्शन झाले, तर ते अत्यंत मनोरंजक आणि विचारप्रवर्तक होईल. मनुष्य हा उत्सवप्रिय प्राणी असल्यामुळे मराठी नाट्यकलेच्या शंभरीचे उत्सव सध्या ठिकठिकाणी साजरे होत आहेत, पण लग्नसमारंभातला चार दिवसांचा हास्यविनोद जसा पुढला संसार सुखाचा करायला उपयोगी पडत नाही, तसा अशा उत्सवातला उत्साहही साहित्य समृद्ध करू शकत नाही. नाट्यकलेच्या ऋणातून मुक्त होण्याच्या बुद्धीने का होईना, विद्यमान

नट आणि नाटककार यांनी नाट्यचर्चेच्या क्षेत्रात पाऊल टाकावे, अशी माझी त्यांना विनंती आहे.

हा छोटा लेखसंग्रह डॉ. केतकर व माधवराव पटवर्धन यांच्या स्मृतीला मी अर्पण करीत आहे. या दोघा श्रेष्ठ साहित्यिकांचा एक मनोधर्म मला नेहमीच वंदनीय वाटत आला आहे. तो म्हणजे, त्यांची मायबोलीची अव्यभिचारी भक्ती. दोघेही साहित्य क्षेत्रातले कर्मयोगी होते. त्यांच्यासारखी सर्वस्पर्शी प्रतिभा सर्वांनाच लाभत नाही, पण उगवत्या साहित्यिकांनी साहित्यजीवनाचे हे आदर्श पुढे ठेवल्यास ऋण काढून जगण्याचे मराठीचे दिवस संपतील आणि इतरांना ऋण देण्याचे तिचे दिवस उगवतील.

या दोघांमध्ये डॉ. केतकर मला अधिक दुर्दैवी वाटतात! कुठल्याही भाषेने ज्याचा सादर अभिमान बाळगला असता, अशा या महापंडिताचे साधे स्मारकसुद्धा महाराष्ट्रात अजून होऊ नये! केवळ शाब्दिक ललित्य नसल्यामुळे साहित्यिक आणि रसिक यांनी त्यांच्या विचारप्रक्षोभक कादंबऱ्यांची उपेक्षा करावी? परदेशी किंवा कृत्रिम कथानकांवर गुजराण करणाऱ्या आमच्या ललित लेखकांना केतकरांच्या कथांत अनेक वैचित्र्यपूर्ण कादंबऱ्यांची कथाबीजे इतस्तत: पसरलेली आहेत, याची पुसट जाणीवही असू नये?

या दोघा रसिक पंडितांच्या जीवनकार्याचे सविस्तर विवेचन करणारे प्रबंध यापूर्वीच मराठी वाचकांना मिळायला हवे होते. केतकरांचे चाहते श्री. श्री.के. क्षीरसागर हे कुशाग्र बुद्धीचे विद्वान आणि कुशल लेखणीचे साहित्यिक आहेत. त्यांच्याकडून महाराष्ट्राने केतकरांवर ह्या अधिकारपूर्ण ग्रंथाची अपेक्षा केली तर ते काय चूक होईल? माधवरावांचे परमस्नेही विठ्ठलराव घाटे आणि त्यांचे साहित्य क्षेत्रातले सहकारी यशवंत, गिरीश, इत्यादिकांनी मनात आणले, तर

त्यांच्यावरल्या ग्रंथाची उणीव दूर व्हायला काय वेळ लागेल?

असे ग्रंथ होत नाहीत, म्हणूनच वाचकांना 'फुले आणि काटे' यांच्यासारख्या त्रुटित लेखांच्या संग्रहावर आपली टीकावाचनाची भूक भागवून घ्यावी लागते, पण अशा संग्रहात फुलांपेक्षा काटेच अधिक असण्याचा संभव असतो, नाही का?

कोल्हापूर   —वि. स. खांडेकर
१९-४-४४

अनुक्रम

केळकरांचा विनोद

दिग्विजयी शिकंदर बादशहाच्या डोळ्यांत अश्रू उभे राहिलेले पाहून त्याच्या स्नेह्याला अत्यंत आश्चर्य वाटले. राजाचे रडणे हे सामान्य माणसाच्या दृष्टीने 'वदतो व्याघाता'चेच उदाहरण! त्यातही शिकंदर म्हणजे भाग्यदेवतेचा कंठमणी! आपले काळे तोंड उजळ करण्याकरिता मूर्तिमंत दैव त्याच्या नावाचा आश्रय घेऊ लागले होते! अशा भाग्यशाली शिकंदराच्या डोळ्यांत अश्रू उभे राहिलेले पाहून स्नेह्याने त्याला विचारले, ''मित्रा, इतकं वाईट वाटण्यासारखं काय झालं? तू पादाक्रांत केलेला एखादा प्रांत पुन्हा स्वतंत्र होऊ लागल्याची बातमी आली आहे काय?''

शत्रूंना नित्य तरवारीचे पाणी दाखविणाऱ्या हाताने आपल्या डोळ्यांतील पाणी पुशीत बादशहाने उत्तर दिले, ''छे: रे! सारं जग जिंकून झालं. आता जिंकायला देशच उरला नाही, म्हणून रडू आलं मला.''

गेल्या तीन तपांतील आपल्या विविध व विपुल वाङ्मयनिर्मितीकडे पाहून केळकरांनीही कधीतरी असाच दु:खाचा सुस्कारा सोडला असेल. काव्य, कथा, नाटक, चरित्र, प्रवासवर्णन, टीका, निबंध, वाङ्मयचर्चा, इतिहास इत्यादी ललितवाङ्मयातील व त्याच्या सरहद्दीवरील विभागांत त्यांची लेखणी सदैव स्वच्छंद संचार करीत असते. त्यामुळे काहीतरी नवीन लिहिण्याची लहर त्यांच्या प्रतिभेला आली की, शिकंदराप्रमाणे 'हे तर सारं जुनंच' असे खिन्नपणाचे उद्गार तिच्याही तोंडून केव्हातरी खास निघाले असतील!

गॅरिबाल्डी व लोकमान्य यांच्यासारख्या भिन्न कालातल्या व भिन्न देशातल्या देशभक्तांच्या चरित्रगंगेत जिने अवगाहन केले, स्वराज्य गमावणाऱ्या मराठ्यांप्रमाणे ते कमावणाऱ्या आयरिश लोकांच्या सहवासाचा लाभ जिला घडला, कृष्णार्जुनात कलह लावणाऱ्या नारदापासून भाऊसाहेब पेशव्यांच्या तोतयापर्यंतची अनेक

स्वभावचित्रे जिने आपल्या कलमाने रेखाटली, तिच्या तोंडी हे उद्गार शोभून जातील, यात संशय नाही पण प्रतिभेचे नशीब शिकंदरापेक्षाही शिकंदर असल्यामुळे तिचा खिन्नपणा क्षणिकच असतो. शिकंदराच्या तलवारीकरिता पृथ्वीच्या पाठीचा विस्तार थोडाच वाढणार होता! उलट प्रतिभावंताला आपली गगनचुंबी मंदिरे उभारायला कल्पनासृष्टीत नेहमी हवी तेवढी मोकळी जागा मिळते.

केळकरांची वाङ्मयसृष्टी विस्तार व विविधता या दोन्ही दृष्टींनी मोठी असल्यामुळे तिचे सर्वसामान्य वर्णन करणे थोडेसे कठीण आहे; पण इंद्रधनुष्य वस्तुत: सात रंगांचे असले, तरी त्यांतले हिरवा, पिवळा व तांबडा हे तीन रंगच ठळकपणे उठून दिसत नाहीत का? कुणाही लोकप्रिय लेखकाचे वाङ्मय तसेच असते. केळकरांचे लिखाण म्हणजे काव्य-शास्त्र-विनोदाचा त्रिवेणी संगम, हे तर खरेच, पण या त्रिवेणी संगमातील शास्त्ररूपी सरस्वतीचा प्रवाह गुप्त असल्यामुळे संगमाच्या जागी शुभ्र काव्यगंगा व कृष्ण विनोदयमुना याच काय त्या प्रेक्षकांच्या डोळ्यांत भरतात. या संगमात पोहणाऱ्याप्रमाणे तो पाहणाराच्याही ते लवकरच लक्षात येते की, इथे मुख्य प्रवाह यमुनेचा व उपप्रवाह गंगेचा अशी अदलाबदल झाली आहे. केळकरांच्या प्रतिभेच्या म्यानात काव्य व विनोद या दोन्ही तलवारी राहू शकतात, हे खरे, पण म्यानात दोन तलवारी असल्या, तरी त्यांतली एक सैनिकाची अधिक आवडती असावी, यात अस्वाभाविक असे काय आहे? त्या दृष्टीने पाहिले, तर केळकरांच्या बुद्धीचा स्वाभाविक कल काव्यापेक्षा विनोदाकडेच दिसतो. त्यांच्या व्याख्यानाला जाणारा वर्तमानपत्राचा प्रतिनिधी कोऱ्या कागदावर मधून मधून हशा हे शब्द घरूनच लिहून गेला, तरी चालण्यासारखे असते. संस्कृत विद्येच्या पुनरुज्जीवनासारखा गंभीर विषय, पण त्यातही त्यांची सूक्ष्म विनोदबुद्धी, रणभेरी वाजू लागल्या असतानाही सतार छेडणाऱ्या सव्यसाची सेनापतीप्रमाणे सलील विहार करू शकते. जुन्या व नव्या पद्धतींनी शिकणाऱ्या पंडितांविषयी ऊहापोह करिता-करिता त्यांनी काढलेले रँग्लर परांजप्यांचे शब्दचित्र किती मार्मिक आणि मजेदार वाटते!

'कर्व्यांसारखा आधुनिक विद्वान हाती धरण्यास न लाभता, तर रघुनाथास पंत ही पदवी न मिळता भट्ट ही पदवी मिळाली असती. इंग्लंडात कॅम नदीच्या काठी साइन थीटा, कॉस थीटा या शब्दांचा पाठ तोंडातून निघण्याऐवजी मुर्डी गावच्या परसातील आवारात नारळीपोफळींना पाणी लावीत लावीत वेदातील ऋचांच्या जटापाठांची व घनपाठांची त्यांची आवर्तने चालती; लुसलुशीत सुगंधी पियर्स सोपाऐवजी नित्य समिध शेकलेल्या अग्निकुंडातील भरड भस्मच ते अंगास चर्चीत बसते; केंब्रिजच्या पदवीधराच्या काळ्यानिळ्या शिपतरी टोपीऐवजी हिरवी फीत लावलेली, तांबडी बनातीची टोपीच त्यांच्या डोक्यावर राहती; लॉर्ड

कर्झन यांनी प्रौढीने वर्णिलेल्या ब्लू रिबनऐवजी दगडी चातीने कातलेल्या व बोजड ब्रह्मगाठ मारलेल्या यज्ञोपवीताचाच ते अभिमान बाळगते!'

लेखकाच्या पहिल्या अपत्याच्या तोंडवळ्यावरून त्याच्या प्रतिभेच्या स्वरूपाचे बहुधा अनुमान करता येते. केळकरांनी वाङ्मयात प्रवेश केला, तो 'नवरदेवाची जोडगोळी' या विनोदी नाटकाच्या द्वाराने. मराठी गद्य रंगभूमी त्या वेळी स्वर्गस्थ देवतांशी गर्जना-गोष्टी करणाऱ्या भीमदेवाच्या ताब्यात होती. अशा वेळी शेरिडनच्या विनोदप्रधान नाटकाचे रूपांतर त्या रंगभूमीवर आणणे हे होळीच्या दिवशी दिवाळी साजरी करण्यासारखेच होते; पण विनोदप्रवण प्रवृत्तीमुळे केळकरांनी ते रूपांतर केले. स्वतंत्र नाटके लिहिण्याच्या वेळीही कलहप्रिय, पण सहृदय नारद व गानलोलुप भित्रा उत्तर यांचीच कथानके त्यांच्या डोळ्यांपुढे सहज उभी राहिली, ही गोष्टही लक्षात घेण्याजोगी आहे.

काव्य काय अथवा विनोद काय, दोन्हींचीही बुद्धी मनुष्याला उपजतच असावी लागते. आंधळ्याला कितीही जाड काचांचा चश्मा दिला, तरी त्याचा जसा उपयोग नाही, त्याप्रमाणे बहि:सृष्टी व अंत:सृष्टी यांतील सौंदर्याचे संवर्धन करणारी सुसंबद्धता अथवा विनोदविलासाला पोषक असा विसंगतपणा सूक्ष्मतेने जाणण्याची शक्ती नैसर्गिकच म्हटली पाहिजे. तसे नसते, तर कालिदासाच्या काव्यरसात बुडून कोरडे राहणारे अगर बोलण्या-खाण्याखेरीज ओठांना विभक्त होऊ न देणारे हरीचे लाल जगात दिसलेच नसते!

परंतु झाडावर कलम करावे, त्याप्रमाणे नैसर्गिक काव्यविनोदशक्तीवर वाचन, निरीक्षण, परिस्थिती व लेखकाचे स्वभावगुण यांचा संमिश्र परिणाम होतो. केळकरांच्या विनोदाचा या दृष्टीने विचार करू लागले की, प्रख्यात विनोदी लेखक श्रीपाद कृष्ण कोल्हटकर यांच्याशी कॉलेजमध्ये असतानाच झालेला त्यांचा स्नेह, वर्तमानपत्राच्या धंद्यात पडल्यामुळे त्यांच्या वाचनाला आणि अनुभवांना आलेली विलक्षण विविधता, वर्तमानपत्री लेखकाला आपले लिखाण अळणी वाटू नये, म्हणून त्यात मीठ-मसाला घालण्याची नेहमी वाटणारी आवश्यकता इत्यादी गोष्टी सहज सुचतात. या सर्वांपेक्षाही महत्त्वाचा घटक म्हणजे केळकरांच्या उपजत समतोल टीकाशक्तीचा झालेला सर्वांगसुंदर विकास होय. वर्तमानपत्र ही जगातल्या चराचर पदार्थांवरील टीका खरी, पण या टीकेच्या क्षेत्राची लांबी व खोली बहुधा व्यस्त प्रमाणात असते. या अफाट टीकासागराच्या पृष्ठभागावर पोहणारांत मोत्ये वेचून काढणारा पाणबुड्या क्वचितच आढळायचा, पण वाचन, निरीक्षण, मनन इत्यादिकांना आपल्या उपजत तर्कनिष्ठ स्वभावाची जोड देऊन गेल्या तीन तपांत केळकरांनी आपल्या टीकाशक्तीचा सुंदर विकास साधला आहे.

सुरवंटाचे फुलपाखरू व्हावे, त्याप्रमाणे टीकेचे अनेकदा विनोदात रूपांतर होऊ शकते. केळकरांची 'विलायतची बातमीपत्रे' चाळली, तर या नियमांची उदाहरणे वाटेल तितकी सापडतील. हाउस ऑफ कॉमन्सचे वर्णन करताना ते लिहितात, 'प्रधान मंडळी बसतात त्या कोपऱ्यात तर अंधारच होता. ज्या साम्राज्यावर सूर्य कधीच मावळत नाही, त्याचा सर्व कारभार याच अंधारात चालतो!' थोडासा पाऊस पडल्याबरोबर इंग्रज लोकांना किती आनंद होतो, याचे पुढील वर्णन किती मौजेचे आहे. 'दीड दिवसात उणापुरा एक इंच पाऊस झाल्याबरोबर 'एक एकरी शंभर टन पाणी मिळाले' असा हिशेबही करून टाकून वर्तमानपत्रांनी 'आता पिके वाचली' असा शेरा मारला. इंग्रज लोक पावसाप्रमाणे अधिकाराच्या बाबतीतही अल्पसंतुष्ट असते, तर काय बहार झाली असती! येथे ऊन व पाऊस एका दिवसात दहापाच वेळा पाठशिवणीचा खेळ खेळतात. त्यांपैकी एकालाही येथील लोक भीत नाहीत. इंग्रज लोकांना स्वत:करिता छत्री लागत नाही, पण आपले छत्र जगातील सर्व लोकांच्या डोक्यावर राहावे, या विषयी मात्र त्यांना अहर्निश काळजी वाटत असते. कोणी म्हणेल हा हवेचा मजकूर पत्रात कशाला? पण इंग्रजी संप्रदायाप्रमाणे हवामानाचे दोन शब्द बोलल्याखेरीज इतर गोष्टी बोलायच्या नसतात.'

या वर्णनातील मजकूर रूक्ष रीतीने कुणीही सांगितला असता, पण पिसारा उभारून नृत्य करणाऱ्या मोराप्रमाणे आनंद देण्याचे वरील उताऱ्यांतील सामर्थ्य त्या वर्णनात आले असते काय?

सूक्ष्म टीकाबुद्धीच्या पायावर विनोदाचे मंदिर बहुश: उभारले जाते. यामुळे टीकाकाराच्या स्वभावभेदाप्रमाणे त्याच्या विनोदाचेही स्वरूप भिन्न होत असते. टीकाकाराला 'नावडतीचे मीठ अळणी' लागत असले की, विनोदात त्याने अतिशयोक्तीचा आश्रय केलाच म्हणून समजावे. राजकीय व सामाजिक प्रश्न केवळ भावनांवर अवलंबून ठेवणारा टीकाकार विनोदी पद्धतीने लिहू लागला की उपरोध, उपहास वक्रोक्ती व व्याजोक्ती ह्या अस्त्रांचा तो पदोपदी उपयोग करू लागतो. टीकाकाराच्या स्वभावाचा उच्छृंखलपणा त्याच्या विनोदात प्रतिबिंबित झाल्याची उदाहरणेही विपुल सापडतील. केळकरांचा विनोद बहुधा नेमस्त असतो. याचे कारण त्यांची टीकाबुद्धी जितकी मार्मिक तितकीच सात्त्विक आहे, हे होय. चिकित्सा आणि सहानुभूती या सवतीसवती त्यांच्या लिखाणात बहिणीबहिणींप्रमाणे नांदत असल्याचे आढळून येते.

या अनुपम टीकाबुद्धीच्या साहाय्याने ते दुसऱ्याप्रमाणे स्वत:चीही मजेदार क्षणचित्रे घेऊ शकतात. विलायतेच्या प्रवासात केळकर-पटेल व शास्त्री-कुंझरू या राष्ट्रीय आणि नेमस्त जोड्यांना एकच खोली मिळाली होती. योगायोगाने

नेमस्त जोडीच्या वाट्याला वरच्या जागा आल्या. या योगायोगाचा उल्लेख करताना केळकर लिहितात:

'एका अर्थाने जहाजात तरी हे दोन नेमस्त दोन जहालांच्या डोक्यावर चढले, असे झाले खरे! मग इंग्लंडात उलटसुलट कसे काय होते, ते पाहावे! आम्ही सर्व एका केबिनमध्ये आहो, हे तर खरेच; पण एका इंग्रजी म्हणीप्रमाणे आम्ही सर्व एकाच बोटीत आहो (We are in the same boat) ही गोष्ट लक्षात ठेवूनच आम्हा सर्वांचे परस्परांशी वर्तन विलायतेत होईल अशी मला आशा आहे.'

बोटीवरील गप्पागोष्टी देशी भाषेतच चालतात, हे लिहिताना ते उद्गार काढतात,

'देशी भाषेत गप्पा चालतात, तशा इंग्रजीत रंगू शकत नाहीत. शिवाय साहेबाला आमच्या चुका कळतील, म्हणून पोटात भीती! ही साहेबाची भीतीच अजून आम्हांस बाधते, पण ती जायला आमचे डोके आणखी थोडे वर निघाले पाहिजे.'

बर्फाच्छादित आल्प्स पर्वताला वर खोबरे पसरलेल्या वांगीभाताच्या ढिगाची त्यांनी दिलेली उपमा वाचून 'खून, खून काव्यदेवीचा खून' म्हणून ज्यांनी आरडाओरडा केला, ते हा पर्वतप्राय वांगीभात ओलांडून पुढे गेलेच नसावेत. कारण ही उपमा दिल्यानंतर केळकरांनी लगेच पुढे 'या उपमेवरून मला वांगीभात खाण्याची इच्छा झाली आहे, असे मात्र समजायचे नाही.' असे उद्गार काढलेच आहेत.

निबंध-चरित्र-इतिहासादी वाङ्मय ललित लेखणीने लिहिले, तरी एकंदरीत ज्ञानप्रधानच. कोटाला लावलेल्या अस्तराप्रमाणे अशा प्रकारच्या वाङ्मयालाही केळकर विनोदाची जोड देऊ शकतात, पण अस्तराचे कापड कितीही तलम असले, तरी त्याचे अस्तित्व कोट वरवर पाहणारांना जसे कळत नाही, त्याप्रमाणे 'टिळक चरित्र' अगर 'मराठे व इंग्रज' ही पुस्तके वाचणारांना केळकरांच्या नाजूक विनोदाची कल्पना येणे शक्य नाही. या पुस्तकांतून 'गोऱ्या गोऱ्या लोकांच्या युद्धात काळेपणाची किंचितही छटा असलेल्या लोकांची मुळीच मदत घ्यावयाची नाही व इंग्रजांचा बाणा बोअर लोकांशी युद्ध होते तोपर्यंत टिकला, पण प्रस्तुतच्या युद्धामुळे प्राणसंकट उपस्थित झाले, तेव्हा पूर्वीचे स्वावलंबनाचे इंग्रजांचे विचार टिकले नाहीत. आता तर त्यांना नीग्रोपेक्षाही दसपट काळा आदमी मिळाला, तरी त्याची मदत ते घेतील. तो बंदूक धरण्यास समर्थ असला, म्हणजे झाले!' असले विनोदतुषार आढळतात पण त्यांचे प्रमाण रहदारीच्या रस्त्याच्या कडेने क्वचित आढळणाऱ्या हिरवळीपेक्षा अधिक नाही.

चरित्रात्मक अथवा ऐतिहासिक लेखनापेक्षा निबंधलेखन विनोदाला स्वभावत:च अनुकूल असते. 'केळकरकृत लेखसंग्रहातील' निवडक निबंध वाचले की, नृत्यकुशल मनुष्याच्या साध्या पदन्यासातही डौलदारपणा असतो, या तत्त्वाची प्रचिती येते. जाहिराती किंवा भविष्य असा विनोदसुलभ विषय असो किंवा रिस्ले साहेबांनी हिंदी स्त्रियांवर बाँबचे लाडू वळण्याचा घेतलेला आक्षेप, हुंड्यापायी स्वत:ला जाळून घेणारी स्नेहलता, मतिविकार नाटक अशासारखा राजकीय, सामाजिक वा वाङ्मयात्मक विषय असो, विचारयुक्त विवेचनाच्या वस्त्राला विनोदाची बारीक किनार लावून ते आकर्षक करण्यात केळकर अत्यंत कुशल आहेत, याचा प्रत्यय येतो. फोडीवरून सबंध आंब्याची कल्पना करणे कठीण नसते, म्हणून खाली काही उदाहरणे देत आहे.

'जाहिरातवाल्या व्यापाऱ्याची पत त्याच्या आसपासच्या भागात जरी नसली, तरी No prophet is honoured in his own Country या म्हणीवर विश्वास ठेवून व्यापाऱ्यास आपल्या अपमान-दु:खाचे समाधान करून घेता येते व वरती जितके वाचक दूर अंतरावरचे, तितकी त्यांच्यांतून त्यास गिऱ्हाइकेही अधिक मिळतात. या बाबतीत जाहिरातवाला उघड उघड सृष्टीनियमांची पायमल्ली करतो. गुरुत्वाकर्षणाच्या नियमाप्रमाणे अंतर जितके जास्त, तितका आकर्षणशक्तीचा जोर कमी, परंतु जाहिरातीच्या प्रसिद्धीचे क्षेत्र जसे पसरत जाते, तसतशी जाहिरातवाल्याच्या मालाच्या गुणाची आकर्षणशक्ती कमी न होता वाढतच जाते.'

'रिस्ले साहेबांच्या बोलण्याचा रोख 'हिंदी स्त्रिया खुनी व अत्याचारी होतीलच' असे विधान करण्यापेक्षा 'होऊ नयेत' अशी आशा प्रकट करण्याकडेच अधिक आहे, हे आम्हांस कबूल आहे, परंतु कोणचीही आशा व्यक्त करण्याच्या मुळाशी एक प्रकारचा संशय तरी असतोच व प्रस्तुत बाबीत या संशयाचीही आम्हांस तितकीच चीड वाटते. कित्येक गोष्टींचे नुसते शाब्दिक साहचर्यही मनुष्यास सोसवत नाही. समजा की, आपले गव्हर्नरसाहेब हे प्रजापालनदक्ष आहेत, अशी समजूत असणाऱ्या एखाद्या म्युनिसिपल प्रेसिडेंटने उद्या एखाद्या मानपत्रात अत्यंत सद्बुद्धीने 'सरकार प्रजेला एखाद्या व्याघ्राप्रमाणे भक्षिणार नाही अगर खाटिकाप्रमाणे कापणार नाही, अशी आम्हांस आशा आहे.' असे जर म्हटले, तर त्याला ते काय म्हणतील?'

'कोल्हटकर यांची नाटकपात्रांनी बोलण्याची भाषा पुष्कळच ठिकाणी लिहिण्याच्या किंबहुना निबंधाच्या भाषेसारखी असते. परंतु जेव्हा स्त्रियांच्याही तोंडांत ती भाषा येते, तेव्हा ती फारच बोजड वाटते. हिंदुस्थानातही अंगणातला केर काढणाऱ्या बटकीसुद्धा संस्कृत बोलत असत, पण ते भोजराजाच्या व कालिदासाच्या वेळी!'

केळकरांचे बहुतेक निबंधलेखन 'केसरी'साठीच झाले. राष्ट्रीय जागृतीच्या ध्रुवताऱ्यावर नजर ठेवून दर आठवड्याला उपस्थित होणाऱ्या नव्या नव्या विषयाच्या किनाऱ्याने त्यांनी वर्षानुवर्षं आपली निबंधनौका चालविली. हे नौकानयन प्रशांत सरोवरातील स्वच्छंद नौकाविहारापेक्षा तत्त्वत:च भिन्न असल्यामुळे त्यांच्या निबंधांत आत्मभावना, कल्पनास्वातंत्र्य व विनोदविलास यांना पूर्ण अवसर मिळाला नाही, यात नवल कसले? सभेतील भाषण कितीही सहजसुंदर असले, तरी खेळीमेळीच्या संवादाचे स्वरूप त्याला कोठून येणार? निरीक्षणसूक्ष्मता, विनोदप्रवणता व भाषाप्रभुत्व या केळकरांच्या वाङ्मयगुणांच्या संगमातून गार्डिनर, लिंड, चेस्टर्टन, मिल्ने या लेखकांच्या लिखाणासारखे लघुनिबंध निर्माण होणे अशक्य होते, असे नाही, पण सहजसुंदर भावनिबंध लिहावयाला लागणारे विषय, कल्पना व वेळ यांचे स्वातंत्र्य वर्तमानपत्राच्या लेखकाला सहसा मिळत नाही. चित्रकार सैनिक झाला की, त्याच्या हाताला रणांगणावरील भव्य देखाव्याचे चित्र रेखाटण्याऐवजी तलवारीचे घाव घालण्यातच दंग व्हावे लागते.

भावनिबंधासारखे कलात्मक लेखन केळकरांच्या हातून झाले नसले, तरी त्यांच्या निबंधांनी मराठी वृत्तपत्रांना एक निराळे वळण लावले, असे म्हणण्यास हरकत नाही. वृत्तपत्राच्या संपादकाला मतप्रसार केला पाहिजे, हे तर खरेच, पण मतप्रसाराचे कडू औषध विनोदाच्या मधात मिसळून दिले, तर रोगी ते चाटण हसतमुखाने घेतो, हे तत्त्व पुरेपूर ओळखून ते अमलात आणण्याची पराकाष्ठा करणारे संपादक तीनच – 'काळ'कर्ते परांजपे, 'केसरी'कार केळकर व 'संदेश'संस्थापक कोल्हटकर. आगरकरांच्या लेखनात प्रासंगिक विनोद असला, तरी टिळकांप्रमाणे त्यांच्या लेखनाचाही ओज हाच आत्मा आहे. परांजपे-केळकर-कोल्हटकर या त्रयीत परांजपे उपरोधाचे भोक्ते, केळकर बौद्धिक विनोदाचे भक्त व अच्युतराव कोल्हटकर सहज-सुलभ विनोदाचे पुरस्कर्ते, असे ढोबळ वर्गीकरण केले असता फारशी चूक होणार नाही. परांजप्यांचे लिहिणे उन्हासारखे! सावलीतल्या वाचकाला त्याच्याकडे पाहून आनंद होईल, पण ते प्रत्यक्ष अंगावर घेण्याची वेळ आली, तर तो छत्री हुडकायला लागल्याशिवाय राहणार नाही. केळकरांचे लिहिणे म्हणजे निर्मल चांदणे! चोराच्या मनाशिवाय त्याचा चटका सहसा कुणाला बसायचा नाही. अच्युतरावांच्या लिखाणात बहुधा विविध संध्यारंगांचे संमेलनच आढळते. विनोदी पद्धतीचा अवलंब करून वाचकांची मने अंकित करणाऱ्या या तीन वाङ्मयसेनानींची निशाणे एखाद्या व्यंग्यचित्रकाराच्या हातात पडली, तर तो त्यांच्यावर फार सुंदर चित्रे काढील.

या तीन संपादकांनी वृत्तपत्रांच्या लेखनात क्रांती घडवून आणली, यात संशय नाही, पण परांजप्यांची लेखनपद्धती सर्वथैव व्यक्तिनिष्ठ व कोल्हटकरांचे

निम्मेशिम्मे लिहिणे फार उथळ! यामुळे केळकरांच्या निबंधांइतका त्यांच्या लेखनाचा सर्वसामान्य मराठी वाङ्मयावर ठसा उमटलेला नाही. केळकरांचे निबंध विषयाचे गांभीर्य न गमावता तो चटकदार कसा करावा, हे शिकण्याच्या कामी मार्गदर्शक होतील, यात संशय नाही, पण या गोड भविष्यापेक्षाही केळकरांच्या लेखनाचा ज्यांच्यावर निःसंशय परिणाम झाला आहे, अशा विद्यमान लेखकांकडेच बोट दाखविणे अधिक बरे! वसंत ऋतू पल्लवपुष्पांचे संभार आणून ते वृक्षवेलींवर चिकटवितो, असे थोडेच आहे, पण त्याच्या आगमनाचा पल्लवांच्या उद्गमाशी व पुष्पांच्या विकासाशी संबंध नाही, असे कोण म्हणेल? केळकरांच्या निबंधलेखनातले अनेक मोहक विशेष प्रो. वा. म. जोशी यांचे लेखनात सापडतात. तसेच. प्रो. फडके, ग. त्र्यं. माडखोलकर, द. के. केळकर प्रभृतींच्या लेखनशैलीवर तात्यासाहेबांच्या लेखनशैलीचा असाच अप्रत्यक्ष परिणाम झाला आहे.

उत्तरध्रुवावर सहा महिन्यांची रात्र असली, तरी विषुववृत्तावर ती बारा तासांचीच होते. केळकरांचे विचारप्रधान साहित्य सोडून त्यांच्या ललितवाङ्मयाकडे वळले की, हाच अनुभव येतो. मतप्रचार मागे पडला, विषयाचे पारतंत्र्य लोपले, म्हणजे कल्पनेला स्वाभाविकच पंख फुटतात. पन्नाशी उलटल्यानंतर त्यांनी तयार केलेला काव्योपहार पाहावा. या उपहाराच्या नावात काव्य असले, तरी अंतरंगात विनोद काही कमी नाही. या संग्रहातील विरहिणीच्या प्रणयपत्रिकेचा केळकरांनी दिलेला दुसरा नमुना खरोखरच नमुनेदार आहे. ही विरहिणी म्हणते

'होता ऊन्ह कमी क्लबात निघते क्रीडार्थ मी जावया।
माझा ओव्हरकोट बॅट नससी सांगाति तू घ्यावया।
जोडीदार गडी नवा प्रतिदिनी साजे तसा शोधिते।
खाके घेउनि तत्करा कशितरी दांपत्य संपादिते।।'

सृष्टीच्या संसारावर त्यांनी बसविलेले मोटारीचे रूपक इतके कल्पकतेचे आहे की, अशा कल्पना सुचणारे सारथी पाहायला 'शाकुंतला'तील मातलीचीच गाठ घेतली पाहिजे. कुणबाऊ भाषेत गाणारा हा मोटार-सारथी सृष्टीच्या पसाऱ्याविषयी म्हणतो :

'बिनब्रेक अशी मोटार। बिन 'लेसन' बी ड्रायव्हर।
अक्षि अखंड चाले दूर। न्हाई कधी जणू संपणार।।'

'मी कवि आहे, समजला', 'स्त्रीविषयक सुभाषितगुच्छ', 'हे पहा आमचं

नवं राज्य' या कवितांतही विनोदाच्या अस्पष्ट वा स्पष्ट छटा दिसून येतात! विशेषत: राजा मिळत नसलेले व म्हणून प्रजासत्ताक असणारे त्यांचे 'नवे राज्य' फार गमतीचे आहे. या राज्यासारखी व्यवस्था हिंदुस्थानातल्या संस्थानात आढळणेसुद्धा कठीण!

'तार पोष्ट दोनिबी खाती । दिलि गोगलगाइच्या हाती।
काय बिशाद यत्याल तक्रारी। धा वर्सांत येक डिलिवरी।।
बैलाला मास्तर केला। कदि मारि न इद्यार्थ्याला।।
घेऊन शिकशन खास। करून सोडी आपुल्या सरिस।।'

'विलायतेच्या यात्रेची तयारी' ही कविताही प्रासंगिक अनुभवातील विसंगती केळकर किती सूक्ष्म दृष्टीने पाहू शकतात, याचा उत्तम नमुना आहे.

त्यांच्या सहा स्वतंत्र नाटकांपैकी 'वीरविडंबन', 'कृष्णार्जुन युद्ध' व 'तोतयाचे बंड' ही विनोददृष्ट्या अधिक महत्त्वाची आहेत. 'चंद्रगुप्ता'त 'कांतिवर्मा' व 'व्यतिपात' या पात्रांच्या द्वारे हेर ऊर्फ गुप्त पोलीस यांची विनोदी चित्रे रेखाटण्याचा केळकरांनी प्रयत्न केला आहे. पैशासाठी हेर करीत असलेला सिद्धसाधकपणा (चंद्र. २०-२१), शाब्दिक शिष्टाचार (पृ. ४८-४९) इत्यादी गोष्टींच्या थट्टेत थोडासा विनोद उत्पन्नही होतो, पण एकंदरीत पाहिले, तर या विनोदी चित्रांच्या रूपरेषा वाऱ्यासारख्या पुसट व त्यांचे रंग पाण्याइतके फिक्के वाटतात.

'तोतयाचे बंड' हे नाट्यकलेच्या दृष्टीने केळकरांच्या सर्व नाटकांत श्रेष्ठ ठरेल. या नाटकात कथापरिचयाच्या कामी किंचित उपयोगी पडणाऱ्या पिकटंभट, चिकटंभट, खुशालराव, बाजीराव, धर्माजी, निंबाजी, सर्जा वगैरे गौण पात्रांच्या संवादांवर सर्वत्र विनोदाची छाया आहे. बदफैली बगंभट व व्यभिचारी विठाबाई यांचा लाल झगडाही काही कमी हास्यकारक नाही, पण एकंदरीत बगंभट-विठाबाईच्या प्रवेशात प्रेक्षकांच्या अंत:करणात हास्यापेक्षा तिरस्कारच अधिक उत्पन्न होतो. गौण पात्रांच्या प्रवेशात काही ठिकाणी चांगल्या कोट्या आढळतात, परंतु नाट्यकथानकाशी निगडित अशा विनोदी प्रसंगांची पार्श्वभूमी मागे नसल्यामुळे, हे प्रवेशही फारसे आकर्षक होत नाहीत. ह्या पात्रांच्या कोट्या वाचताना शंकराचार्यांनी मृत अमरुक राजाच्या शरीरात जसा प्रवेश केला होता, त्याप्रमाणे नाटककारही मधून मधून फालतू पात्रांच्या अंगात संचार करतो, असे वाटल्यावाचून राहत नाही. चिकटंभटाला घशाला ओंगण घालण्याची नम्र सूचना करणारा पिकटंभट पुढे म्हणतो, 'रोज तुला शिंकेचा शकुन पटतो आणि आज तुला तोफेचाही शकुन पटत नाही.'

हैबतरावासारख्या शिपाईगड्याची बायको वाईट चालीची असेल वा नसेल, पण एखाद्या कडव्या सुधारकाप्रमाणे 'एकीला द्यायचा पिंड हाताने वळायच्या आधीच दुसरीच्या हातचा घास गिळायची आपली यांची तयारी' हा पुरुषांवर तिने झाडलेला ताशेरा तिच्या तोंडी कितपत शोभतो, हा प्रश्नच आहे!

या नाटकाचे कथानक करुणरसालाच अनुकूल असल्यामुळे प्रमुख भूमिकांपैकी कोणतीही हास्यपरिपोषक होणे शक्यच नव्हते. असे असूनही कथानकाच्या ओघात आलेल्या एका प्रसंगाचा केळकरांनी अत्यंत चातुर्याने उपयोग करून घेतला आहे. या प्रवेशात (अंक ४ प्र. ४) हैबतराव बगंभटाचा वेष धारण करून तोतयाकडे जातो व त्याचे बिंग बाहेर काढतो. कथानकाची प्रगती, नाट्यवंचना (dramatic irony), प्रासंगिक विनोद व सुंदर कोट्या यांचा या प्रवेशात इतका उत्कृष्ट मिलाफ झाला आहे की, मराठी नाट्यवाङ्मयातील उत्कृष्ट प्रवेशांत त्याची सदैव गणना होईल. केळकरांची विनोदबुद्धी या प्रवेशातील संवादांत पूर्णपणे प्रतिबिंबित झालेली दिसून येते. 'आम्ही काय बोलूनचालून भिक्षुक असामी! बुंदीचे लाडू हेच आमचे आपले तोफांचे गाळे! दर्भाच्या काड्या याच आमच्या तरवारी, भाले न् बरच्या! चौघड्याचा नगारा हेच आम्ही आजवर ऐकलेले रणवाद्य!' अशी विनोदप्रचुर वाक्ये या प्रवेशात सर्वत्र विखुरली आहेत.

'कृष्णार्जुन युद्धा'तही भित्रे ऋषिकुमार, दारूबाज गंधर्व, चित्ररथाच्या दासदासी इत्यादिकांच्या संभाषणांत मधून मधून विनोद डोकावतो, पण पावसाच्या उडत्या शिंतोड्यांना सरींची सर कुठून येणार? या नाटकात इतरांना कळसूत्री बाहुली करून नाचविणाऱ्या विनोदी नारदाची भूमिकाच मुख्य असल्यामुळे ते विनोदप्रधान होण्याला हरकत नव्हती, पण नारद ज्यांच्यावर आपल्या विनोदाचा प्रयोग करतो, ते कृष्णार्जुन असामान्य कोटीतले आणि ज्या तत्त्वाच्या प्रतिपादनार्थ हा प्रयोग होतो, ते तत्त्वही अत्यंत गंभीर! शिवाय 'आपण जगासाठी की जग आपल्यासाठी?' हे कोडे कृष्णार्जुनापुढे उलगडण्याकरता टाकताना नारदाने रचलेले कारस्थान विशेष हास्योत्पादक आहे, असेही नाही. यामुळे खळखळ वाहणारा हास्यरस हा नाटकात फारसा दृग्गोचर होत नाही. तथापि कळ लावून नामानिराळा राहणारा नारद आणि 'नारदा, जा तुम्ही, कृष्णाला सांगा की, चित्ररथाचं डोकंच जाग्यावर नाही. मग तू ते कसं तोडणार?' असे सांगणारा मद्यपी चित्ररथ या जोडीमुळे नाटकात बऱ्याच ठिकाणी विनोदाचे दहिवर दिसते. शब्द अथवा कल्पना यांच्या साहाय्यावाचून केवळ परिस्थितीमुळे उत्पन्न होणारा विनोद नारद भर मध्यरात्री द्रौपदीला गंगातीरावर नेण्याकरता येतो, तेव्हा उत्पन्न होतो. दुय्यम भूमिका व प्रसंग यांना कात्री लावून प्रमुख विनोदी पात्रांना व प्रसंगांना केळकरांनी अधिक अवसर दिला असता, तर या नाटकातील प्रसंगनिष्ठ

विनोद नि:संशय अधिक रंगला असता.

'वीरविडंबन' नाटकात गानशूर, पण रणभीरू असलेल्या उत्तराच्या मध्यवर्ती भूमिकेचा विकास बरा झाला आहे. पहिल्या अंकाच्या चवथ्या व पाचव्या अंकाच्या प्रवेशात उत्तर-उत्तरा यांच्या गायन-शाळांचा चुरशीचा सामना विनोदाच्या स्वाभाविक छटांनी चांगला खुलून दिसतो. भावाबहिणींचा वादविवाद, त्यात स्त्रीपुरुषांविषयी येणारे विनोदी उल्लेख, अमात्य आणि राणी यांच्यासारख्या कान असून बहिर्‍या असणाऱ्या माणसांकडे आलेले गायनपरीक्षेचे काम इत्यादी गोष्टींची हास्यरसाचा परिपोष करण्याच्या कामी चतुरतेने योजना करण्यात आली आहे. उत्तराने मुलीच्या पायांत सोडलेली चित्राची बेडकुळी त्या पोरखेळात सहज खपून जाते.

दुसऱ्या अंकातील पहिल्या प्रवेशात हेरांचा मूर्खपणा अतिशयोक्तीचा आश्रय करून दाखविला आहे. अतिशयोक्ती ही साखरभातातल्या साखरेप्रमाणे योग्य प्रमाणात असते, तोपर्यंतच तिची गोडी! या प्रवेशात काही ठिकाणी या नियमाचा भंग झाला असला, तरी निरीक्षणाचे वैचित्र्य व विनोदाची पार्श्वभूमी यांचे मनोरंजक मिश्रण त्यात झाले आहे. अंक २ प्र. २ व अं. ३ प्र. ३ या दोन प्रवेशांतील अर्जुन व उत्तर यांचे संवाद मर्यादित अत्युक्ती, कोटी व उपहास यांच्या संगमामुळे चित्ताकर्षक वाटतात. उत्तराची बालिश बडबड आणि त्याचा भित्रेपणा यांच्यामुळे उत्पन्न होणाऱ्या स्वभावजन्य विनोदाचीही त्यात भर पडते. तोतयाच्या बंडातील हैबतराव व तोतया यांच्या प्रवेशाइतका कलासुंदर प्रवेश या नाटकात नसला, तरी लेखकाची परिणत विनोदबुद्धी दाखविणारी अनेक स्थळे आहेत.

नाटक हे लालित्याचे आगर असले, तरी त्यात विनोदाला पूर्ण अवसर मिळतोच असे नाही. उन्हाळ्यात दुपारी लपंडाव खेळायची हुक्की आलेल्या मुलांना आजोबांची झोपमोड होणार नाही, ही दक्षता जशी घ्यावी लागते त्याप्रमाणे विनोदाला कथानक, विषय, स्वभावरेखन, इत्यादिकांना धक्का न लागेल अशा बेताने गंभीर नाटकात वावरावे लागते. यामुळे केळकरांच्या विनोदशक्तीचा स्वच्छंद संचार त्यांच्या नाटकांत दिसत नाही. कारंज्याचे दृश्य रमणीय असले, तरी छोट्या धबधब्यातली गंमत त्यात कशी आढळणार?

विनोदपर गोष्टी व लेख यांच्यावर असले नियंत्रण नसल्यामुळे केळकरांच्या विनोदशक्तीचा उत्कर्ष त्यांत दृष्टीस पडतो. गीता लोकांना शहाणे करण्याकरिता अवतरली असली, तरी तिने एखादा मनुष्य किती वेडा होऊ शकेल, याचे चित्र त्यांनी 'गीताराव' या विनोदी स्वभावचित्रात काढले आहे. यातील विनोदपोषक स्वभावदोष व थोड्या कोट्या कोणालाही आवडतील. 'सामाजिक चालीरीतींचा

फरक' हे स्वभावचित्र 'गीताराव'पेक्षा सरस आहे. बाळंभटजीची जुनी दृष्टी व त्यांना पाहावी लागणारी नवी सृष्टी यांच्यातील विरोधावर आधारलेल्या या लेखातील विनोद जितका मनोरंजक, तितकाच उद्‌बोधक आहे, असे म्हणता येईल. 'माझी आगगाडी कशी चुकली?' ही गोष्ट वगळून मराठीतील विनोदी गोष्टींचा कोणताही संग्रह पूर्ण होऊ शकणार नाही. स्वभाव, प्रसंग व वर्णनशैली या तिन्हींतून निर्माण होणाऱ्या विनोदाची सुंदर उदाहरणे या गोष्टींत आढळतात. 'यजमानाचा होतो पाहुणचार, पण पाहुणा होतो थंडगार' हा या गोष्टींतील अनुभव निराशाजनक नसला, तरी हास्यजनक खास आहे. 'शृगाल-सम्मेलन' व 'मेनका' या लेखांतील उपरोध-उपहास आणि 'शारदेची आकाशवाणी', म्हणा, 'स्वराज्य मतदार की जय' या लेखातील प्रासंगिक विनोद चटकदार वाटतो. 'दुर्जनसिंह महाराजांनी नवस कसा फेडला?' या गोष्टीत आग्याबोंडासारखा नसला, तरी खाजकुयलीइतका उपरोध खास आहे.

शब्द, कल्पना, परिस्थिती, प्रसंग व स्वभाव हे विनोदाचे पंचप्राण होत. स्वभावजन्य व परिस्थितिमूलक विनोदाला कथा व नाटके यांच्याइतके निबंधाचे क्षेत्र अनुकूल नाही. तथापि 'कृष्णार्जुन युद्ध' व 'वीरविडंबन' यांतील वातावरण, 'तोतयाच्या बंडा'तील चवथ्या अंकाचा चवथा प्रवेश आणि 'माझी आगगाडी कशी चुकली?' ही गोष्ट केळकरांच्या या प्रकारच्या विनोदाची उत्कृष्ट उदाहरणे होत. परिस्थितिजन्य विनोद 'विलायतेच्या बातमीपत्रां'प्रमाणे त्यांच्या निबंधलेखनातही क्वचित दृग्गोचर होतो. ओ हेन्री किंवा पी.जी. वुडहाउस यांचे 'विनोदाकरिता विनोद' हे तत्त्व केळकरांनी ललित लेखनातसुद्धा कधीही अंगिकारलेले दिसत नाही. त्याचा स्वाभाविक परिणाम त्यांच्या निबंधांतील विनोद मुख्यत: कल्पनाप्रधान होण्यात झाला. विनोद म्हणजे गारगोटीवर गारगोटी घासून उत्पन्न होणारा अग्नी होय. तो उत्पन्न होताना मौज वाटली आणि वाऱ्याच्या लहरीवर त्यांचे आयुष्य अवलंबून नसले, तरी त्यांचे दर्शन होईपर्यंत केवढी तपश्चर्या करावी लागते! उलट कोटी म्हणजे आगपेटीतील काडी! ओढली काडी अन् शिलगावली विडी! अग्निदेवता क्षणार्धात प्रसन्न! पण वाऱ्याने ती मध्येच विझली, तर पुन्हा ओढायची मात्र सोय नाही. अर्थात वर्तमानपत्रात गंभीर विषयांच्या विवेचनाच्या ओघात विनोद फुलवित बसण्याला सवड मिळत नसल्यामुळे केळकरांच्या विनोदबुद्धीने कोटीचाच व बौद्धिक विनोदाचाच मुख्यत: आश्रय केला, यात अस्वाभाविक असे काय आहे?

शाब्दिक सहानुभूतीप्रमाणे शाब्दिक कोटीचेही महत्त्व फारसे नसले, तरी तिचे अस्तित्व सर्वत्र आढळते व प्रसंगी ते उपकारकही होते. केळकरांना शाब्दिक कोट्यांची हौस नाही, असे नाही; पण विपुलता, समर्पकता व सरसता या दृष्टींनी

त्यांच्या शाब्दिक कोट्या कोल्हटकर-गडकऱ्यांच्या मानाने फिक्या वाटतात. 'ही कुरवंडी पाहून माझी तर घाबरगुंडी उडाली.' 'बृहन्नडे, मला मान देण्यापेक्षा तू शत्रूच्या हाती माझी मान देणार, असेच का म्हणेनास?' (वीरविडंबन) 'मला बिल हा शब्द कसा ठाऊक असणार? भिल्ल हा मात्र शब्द ऐकलेला होता. तेव्हा वाटले की, तंट्या भिल्लाप्रमाणे हाही कोणी एखादा पराक्रमी भिल्ल होऊन गेला असेल, म्हणून त्याचे नाव ज्याच्या त्याच्या तोंडी झाले आहे.' (शारदेची आकाशवाणी), 'विलायतेतही नवरीपेक्षा डावरीलाच भुलून अनेक लग्ने होतात (हुंड्यावर बहिष्कार), 'तुला पुरुषाला सुकविता येते, पण पुरुषसूक्त येत नाही!' (तोतयाचे बंड) असले शब्दसाम्यात्मक पोरखेळ त्यांच्या लेखनात अनेकदा आढळतात. क्रिकेटशी अगदी अनभिज्ञ असलेल्या मनुष्याने हात फिरवून चेंडू टाकावा व तो समोरच्या तीन काठ्यांच्या रोखानेसुद्धा जाऊ नये, तशी शुष्क शाब्दिक कोट्यांची स्थिती असते; पण केळकरांच्या शाब्दिक कोट्यांपैकी काही इतक्या सफाईदार व सुंदर असतात की, त्या पाहून डोळ्याचे पाते लवते न लवते तोच खेळाडूचा त्रिफळा उडवून टाकणाऱ्या कुशल गोलंदाजाचीच आठवण व्हावी.

'संपादक : योद्ध्याला जशी हाडावरची जखम, तशी संपादकाला प्रेसॲक्टखालची जामिनकी!

हरिदास : बरोबरच आहे. दोन्हीही भरण्याला सारख्याच कठीण, इतकेच त्यांचे जेहत्ते ते साम्य!' (मौजेचे चार प्रहर पृ. ११५)

'ज्या मानाने मिळकत सूक्ष्म, त्या मानाने मिळकतीवर हक्क सांगण्याची दृष्टी सूक्ष्म असावी, यात आश्चर्य नाही. शब्दशः कुशाग्रानेच जेथे वाटण्या कराव्या लागतात व मर्यादा ठरवाव्या लागतात, तेथे ग्राहकबुद्धी कुशाग्रच व्हावी!' (टि.च.खं. १ला पृ.९)

तथापि श्लेषात्मक कोट्या केळकरांच्या विनोदात एकंदरीत कमीच. हास्योत्पादक अगर स्मितजनक अर्धचमत्कृतीच त्यांना अधिक आवडते. त्यांची सौंदर्यदृष्टी किती उज्ज्वल आहे, याची कल्पना 'झिम झिम झिम पर्जन्य पडे' ही चिमुकली कविता वाचूनसुद्धा येईल, पण संपादकीय व्यवसायामुळे काव्यसृष्टीत प्रवेश करून समाधी लावायला त्यांना फारशी सवड कधीच मिळाली नाही. सूर्यचंद्रापेक्षा गोऱ्या अधिकाऱ्यांकडे आणि मेघगर्जनेहूनही बाँबच्या स्फोटाकडे त्यांना अधिक लक्ष द्यावे लागले. याचा परिणाम म्हणजे त्यांच्या उज्ज्वल कल्पकतेचा व्यावहारिक कल्पनांकडे असलेला कल होय. 'विलायतेच्या प्रवासवर्णना'त ते लिहितात, 'या सुमारास पश्चिमेकडे ढग येण्यास सुरुवात झाली होती व सूर्य मावळताना काळ्या कुळकुळीत वानराच्या लाल तोंडासारखा दिसत होता.'

ही उपमा शूद्रकाला सुचली असती, तर त्याने ती शकाराच्या तोंडी घालायला

कमी केले नसते. अज्ञातवासाचे अवघे चार दिवस उरले असूनही त्याचा आपल्याला भरवसा नाही, हे सांगताना द्रौपदी 'उदयकाली गमे गहनश्यामा ही त्रियामा' या संगीताच्या जोडीला गद्यात म्हणते, 'देवा, भात शिजेपर्यंत दम निघतो, पण तो पानावर वाढीपर्यंत दम निघत नाही; बाळपणचा अनुभव मनात आण.'

व्यावहारिक कल्पनांच्या आवडीमुळे त्यांच्या 'विलायतेच्या प्रवासा'तसुद्धा वांगीभात, पापड वगैरे अस्सल मराठी खाद्यपदार्थांचे दर्शन होते. त्यांचे वाङ्मय हे जसे विविध विभागांच्या दृष्टीने, त्याप्रमाणे उपमा-दृष्टान्तांकरिता योजलेल्या खाद्यपदार्थांच्या दृष्टीनेही एक साहित्य संमेलनच आहे, असे म्हणायला हरकत नाही.

या व्यावहारिक कल्पनांमुळे केळकरांच्या लिखाणातील काव्य कमी झाले असले, तरी विनोद नि:संशय वाढला आहे. अर्थचमत्कृती, उपमा, दृष्टान्त, व्याजोक्ती, उपहास, साम्यविरोध इत्यादी भिन्न भिन्न वेष परिधान करणारी त्यांची विनोदी कल्पकता मराठी वाङ्मयाला सदैव भूषणभूत होऊन राहील. खालील वाक्यांसारखी वाक्ये पाहायला त्यांचे वाङ्मय मधून मधून चाळले तरी पुरे.

'कुळकर्णीलीलामृतासारख्या ग्रंथाकडे केवळ वाङ्मयाच्या निर्विकार दृष्टीने पाहूनच स्तब्ध बसता येत नाही. त्यांचे हेतू व परिणाम यांजकडेही लौकिक दृष्टीने पाहिले पाहिजे. एखादा विंचू नांगीचा आकडा पाठीवर वळवून तरतर धावत आहे, हा देखावा चित्रकलेच्या दृष्टीने चांगला दिसेल, पण तो घरात निघाला असता कोणताही मार्मिक चितारी हातातील रंगशलाका टाकून देऊन पादत्राण घेतल्याशिवाय गप्प बसणार नाही.'

'डोंगरे यांनी चिरोल साहेबास भीष्माचार्यांची उपमा दिली आहे! भीष्माचार्य जसे धनुर्विद्येत, तसेच चिरोलसाहेब लेखनविद्येत निष्णात आहेत, ही गोष्ट आम्हांसही मान्य आहे, पण खुद्द भीष्माचार्यांनी 'अर्थस्य पुरुषो दास:' हे जसे तोंडाने कबूल केले, तसे चिरोलसाहेबांनी तोंडाने मात्र न सांगता हाताने हे सिद्ध केले.'

'मनुष्यमात्राने आपल्या ध्येयरूप आकांक्षांचे अग्निहोत्र कधीही विझू देऊ नये. तथापि वेजच्या भाजीचे बटाटे आग्यारीतल्या किंवा अग्निहोत्राच्या विस्तवावरच भाजून घेण्याच्या आग्रहाला मूर्खपणाचे स्वरूप येते, हेही विसरता कामा नये.'

'भविष्यवाद्यांचा कुलक्षय होण्याची भीती कधीच नाही कारण त्यांचे पोशिंदे जे श्रद्धाळू लोक, त्यांचाही कुलक्षय कधी होत नाही.'

'नवऱ्याच्या येण्याजाण्यांनी बायकोला खोखोच्या प्रवासासारखे होते. केव्हा खोलीतून बसले, तर उठावे लागेल, याचा नेम नाही.'

'पानपतच्या लढाईत पडलेले सगळेच लोक अलीकडे जिवंत होऊ लागले असून आपआपल्या विधवा बायकांना दर्शनही देऊ लागले आहेत. पानपतच्या

लढाईमुळे दख्खनची लाख बांगडी फुटली म्हणतात, पण आता ती सगळी पुन्हा भरावी लागणार! कासारांच्या धंद्याला काही दिवस तेजी येणार म्हणायची!'

केळकरांनी विनोदासाठी विनोद लिहिला नसला, नवी विनोदसृष्टी निर्माण केली नसली, तरी मराठी वाङ्मयाला विनोददृष्टी देणाऱ्या आधुनिक लेखकांत त्यांचे स्थान उच्च आहे. समतोल बुद्धीमुळे अतिशयोक्तीची अतिशयोक्ती करून हास्यरस निर्माण करायला त्यांची विनोदबुद्धी सहसा तयार होत नाही. प्रतिपाद्य विषय सुबोध व मनोरंजक करण्याकरिताच ते बहुधा आपल्या विनोदशक्तीचा उपयोग करतात. अशा लिखाणात कोटीसाठी कोटी तरी कोण करीत बसेल?

गडकऱ्यांच्या शाब्दिक, कल्पनाप्रचुर कोट्या, कोल्हटकरांच्या अर्थचमत्कृतिपूर्ण कोट्या, परांजप्यांचा उपहास व अच्युतरावांचा खेळकर विनोद त्यांच्यांत कमी प्रमाणात असला, तरी साध्या विषयातूनसुद्धा त्यांना सदैव सहजसुंदर विनोद निर्माण करता येतो. अच्युतरावांचा विनोद अनेकदा सर्कशीतल्या विदूषकाचे अनुकरण करतो, कोल्हटकर-परांजप्यांचा निम्माअधिक विनोद 'किंग लियर' नाटकातील विदूषकासारखा भासतो आणि गडकऱ्यांच्या विनोदाची जात अनेकदा शकाराची वाटते, असे म्हटले, तर केळकरांचा विनोद 'शाकुंतला'तील विदूषकासारखा – क्षणभर गंमत करणारा, पण राजालासुद्धा आपले हृद्गत सांगायला भिणार नाही, इतका समंजस असतो, असे म्हणणे चूक होणार नाही.

प्रत्येक वाङ्मयात काव्याप्रमाणे विनोदाचे विषयही बहुधा ठरावीक ठशाचे होऊन बसतात. तसे झाले की, त्या वाङ्मयाची स्थिती साठलेल्या पाण्याप्रमाणे होते. त्यात क्वचित कमळे फुलली, तरी स्नानाचे सुख कुणालाही मिळत नाही. वाङ्मयाचा प्रवाह वाहता राहिला, तरच त्याचा सुंदर विस्तार होण्याची शक्यता. मराठीतील विनोदाचा असा विस्तार करण्याचे श्रेय भाषेचे भावी इतिहासकार ज्या निवडक लेखकांना देतील, त्यात प्रामुख्याने केळकरांची गणना होईल. 'टवाळां आवडे विनोद' ही बहुजनसमाजाची विनोदाची कल्पना बदलण्याला केळकरांचे लिखाण काही कमी कारणीभूत झाले नाही. अस्पृश्य मानल्या गेलेल्या विनोदाला त्यांनी राजकारणादी देवमंदिराची द्वारे उघडी करून दिली. त्यांच्या विनोदगर्भ निबंधवाङ्मयाच्या अभ्यासकांतूनच भावी पिढीतील चतुर लघुनिबंधकार निर्माण व्हावयाचे आहेत. पहाटे पूर्वेकडे दिसणाऱ्या शुक्राचे स्वयंभू तेज मोहक असते, हे तर खरेच; पण रम्य उष:कालाचा दूत या दृष्टीनेही त्याच्याकडे आपण कौतुकाने पाहत नाही काय?

१९३२

माझ्या जीवनावर व लेखनावर परिणाम घडवून आणणारे ग्रंथ

पुस्तकांचा मनुष्याच्या आयुष्यावर थोडा-फार परिणाम होतो, असे म्हणणाऱ्याला वेड्याच्या कोटीत काढणारे अनेक लोक मी पाहिले आहेत. त्यांचे ठाम मत असते की, कोंबड्याच्या आरवण्याचा सूर्योदयाशी जेवढा संबंध, तेवढाच पुस्तकांचा मानवी जीवनाशी! ते म्हणतात, इकडे पुस्तके छापली जात असतात नि तिकडे मानवी जीवनप्रवाहाला निरनिराळी वळणे मिळत असतात आणि मग आपली विद्वत्ता सिद्ध करण्याकरिता काही लोकांना या दोन्हींचा बादरायण संबंध जोडण्याची हुक्की येते!

या मतांत सत्य आहे, पण ते अर्धसत्य आहे, एवढाच काय तो त्याचा दोष आहे. कुठल्याही चांगल्या पुस्तकाचा मनावर परिणाम होणे वा न होणे हे माणसाच्या वयावर आणि मन:प्रवृत्तींवर अवलंबून आहे. मी लहानपणापासूनच अनेक वेळा गीता वाचली असली, तरी माझ्यावर तिचा काहीच परिणाम झालेला नाही; पण लोकमान्य टिळकांना कर्मयोगी होण्याच्या कामी गीतेचे मुळीच साहाय्य झालेले नाही, असे मात्र मला वाटत नाही. हातात गीता धरून तिचे श्लोक म्हणत फाशी गेलेल्या खुदिराम बोसाला तिने धीर दिला नसेल, असे कोण म्हणू शकेल?

मात्र माणसाच्या जीवनावर पुस्तकाइतकाच किंबहुना त्याहूनही अधिक त्याच्या निकट येणाऱ्या व्यक्तींचा परिणाम होतो. मनावरले चिरंतन संस्कार या दोन्हींच्या संगमातूनच उत्पन्न होतात. माझीच लहानपणची आठवण पाहा ना! मी मराठी शाळेत जात असे, तेव्हा 'रामायण' हे माझे सर्वांत आवडते पुस्तक होते. आदितवारी दुपारी हातावर पाणी पडले की, जवळच असलेल्या माझ्या आजोळी मी धावत जात असे आणि तिथले रामायण घेऊन त्यातल्या गोष्टी पुन:पुन्हा वाचीत बसे.

रामाच्या पादुकांची पूजा करीत चौदा वर्षे अयोध्येबाहेर राहिलेला भरत, रावणाच्या हातून सीतेची सुटका करण्यासाठी आपल्या प्राणांचे बलिदान करणारा वृद्ध जटायू, लक्ष्मण बेशुद्ध झाल्यावर द्रोणागिरी आणण्याकरिता गेलेला मारुती, रक्तापेक्षा सत्याला मान देणारा बिभीषण, स्वत:च्या शुद्धतेविषयी लोकांची खात्री करण्याकरिता अग्निदिव्य करणारी सीता या सर्वांशी त्या वेळी मी अगदी समरस होऊन जात असे. मला वाटे, माणसाचे आयुष्य हे देवालयासारखे आहे. त्याग – काहीतरी रम्य, भव्य, उदात्त अशा गोष्टींकरिता केलेला त्याग – हे त्या देवळाचे शिखर आहे!

रामायणाचा माझ्या बालमनावर झालेला हा परिणाम तीस-बत्तीस पावसाळ्यांनीही पुसून गेला नाही. आठ-दहा वर्षांपूर्वी मालवणला 'सवतीमत्सरा'-तले दात्यांचे रामाचे काम पाहताना माझ्या डोळ्यांत अश्रू उभे राहिले होते, ते माझ्या रामायणावरल्या प्रेमामुळेच. पण राहून राहून मला वाटते, ज्या वेळी मी रामायण वाचीत होतो, त्याच वेळी माझ्या वडिलांचे स्नेही डॉ. देव यांचे त्यागपूर्ण आयुष्य मला पाहायला मिळाले, ही केवढी भाग्याची गोष्ट! ग्रंथ आणि जीवन या दोन्ही तारांतून त्या वेळी मला एकच मधुर गंभीर स्वर ऐकू येत होता, पण डॉ. देव माझ्या वडिलांचे स्नेही नसते, तर... तर रामायणाचा माझ्या मनावर इतका उत्कट संस्कार झाला असता की नाही, कुणाला ठाऊक!

रामायणानंतर ज्या दुसऱ्या पुस्तकाने मला वेडे केले, ते म्हणजे 'अरबी भाषेतील सुरस आणि चमत्कारिक गोष्टी!' त्या पुस्तकाचा नि माझा जो पहिला परिचय झाला, त्याची आठवण मी कधीही विसरणार नाही.

आषाढी एकादशी होती त्या दिवशी! सुट्टी असल्यामुळे माझ्या एका बाळमित्राच्या घरी मी गेलो होतो. तिथे जे पुस्तक पडले होते, ते उघडून मी वाचायला लागलो. मात्र एका घटकेत जादूचा दिवा घासणारा अल्लाद्दीन झालो मी! 'तिळा उघड' असा मंत्र म्हणून चोरांच्या गुहेत पाऊल टाकणाऱ्या अलीबाबाहूनही मी स्वत:ला विसरून गेलो! माझी चेष्टा करण्याकरिता माझ्या मित्राने समोर बिस्किटे आणून ठेवली. गोष्टी वाचता वाचता मी त्यांचा फन्ना उडविला. घरचे बोलावणे आले, तेव्हा हातात पुस्तक घेऊनच मी घरी आलो आणि...

पाटावर बसून ताटाकडे पाहिले मात्र...

अरे, बाप, रे! रताळ्याचा कीस, भुईमुगाच्या दाण्यांचा लाडू –

आज एकादशी आणि मी तर गोष्टींच्या नादात चांगली बिस्किटे चापली होती.

माझी एकादशी मोडल्याबद्दल त्या पुस्तकाचा मला असा राग आला की, ते मी दूर लोटून दिले!

पण कुठपर्यंत?

घाईघाईने फराळ आटपून हात धुऊन परत येईपर्यंत.

लगेच मी ते पुस्तक घेऊन त्यात गुंग होऊन गेलो.

या पुस्तकाने माझी कल्पनारम्यता वाढीला लावली. आतापर्यंत मी जवळ जवळ दोनशे सामाजिक गोष्टी लिहिल्या आहेत, पण या सामाजिक गोष्टींनी माझ्या मनाचे पूर्ण समाधान होत नाही. मला अजून वाटते, 'फणसाचे काटे' या गोष्टीसारख्या शेपन्नास गोष्टी तरी आपण लिहायला हव्यात!

माझ्या आयुष्यातले तिसरे महत्त्वाचे पुस्तक म्हणजे 'सुदाम्याचे पोहे'. या पुस्तकाने मला भरपूर हसविले, हे तर खरेच, पण त्यापेक्षाही त्याने एक महत्त्वाची गोष्ट केली. त्याने मला समाजसुधारणेचे महत्त्व पूर्णपणे पटविले. ते इतके की, 'सुदाम्याचे पोहे' पुन:पुन्हा वाचल्यानंतर मी मोठ्या उत्साहाने 'गणपती'चे (दत्तक होण्यापूर्वी माझे नाव गणेश आत्माराम खांडेकर असे होते) एकवीस मोदक तयार केले. 'हे मोदक नसून मुष्टिमोदक आहेत' असेही मी प्रस्तावनेत लिहिणार होतो, पण गूळखोबरे नसलेले ते बेचव मोदक खाणार कोण? त्यामुळे वयाच्या तेराव्या-चौदाव्या वर्षी लिहिलेल्या माझ्या या लेखमालेने पुढे एके दिवशी मला अंघोळीला भरपूर ऊन पाणी तेवढे दिले!

हरीभाऊंच्या कादंबऱ्या, कोल्हटकरांची नाटके, आगरकरांचे निबंध ही सर्व पुस्तके त्या वेळी मी आवडीने वाचीत असे. त्यानंतर गेल्या दोन तपांत निरनिराळ्या वेळी हॉर्डी, टर्जिनेव्ह, इब्सेन, स्टीफेन झ्वाइग यांचे ग्रंथ मी आवडीने आणि आदराने वाचले आहेत, पण रामायण, अरबी भाषेतल्या सुरस आणि चमत्कारिक गोष्टी आणि सुदाम्याचे पोहे यांच्याइतका माझ्या जीवनाशी त्यांचा निकट संबंध आला आहे, असे मला वाटत नाही. या तीन पुस्तकांनंतर ज्याने माझ्या आयुष्यावर परिणाम केला, असे एकच पुस्तक आहे. त्या पुस्तकाचे नाव 'शिरोडे'.

१९२०साली मी शिरोड्याला गेलो, त्या वेळी मला मार्क्सचे नाव ऐकूनही ठाऊक नव्हते, समाजवादाच्या तत्त्वांची पुसट कल्पनाही नव्हती; पण शिरोड्यातला माझा एकएक दिवस हे कुणीही न वाचलेल्या एका विचारप्रवर्तक ग्रंथाचे एकएक पान होते. हा ग्रंथ फार मोठा होता, हे खरे, पण त्याची पहिली काही पाने वाचून होताच माझ्या मनात खळबळ सुरू झाली. त्या खळबळीने माझ्या

विचारांना अगदी निराळे वळण लावले. संध्याकाळी समुद्रात, वाळवंटात बसून आणि चांदण्यात माडाच्या रायांत फिरूनही कविता लिहिण्याचा मला कंटाळा येऊ लागला. भोवताली अनेक हास्यास्पद गोष्टी दिसत होत्या, पण कोल्हटकरांच्या पद्धतीने लिहिलेल्या विनोदी लेखांतही माझे मन रमेना. काहीच न लिहिता शाळेचे काम व त्याच्या अनुषंगाने इतर सामाजिक कार्य करावे, असा जवळ जवळ मी निश्चय केला, पण माझ्यासमोर खेडेगावाच्या रूपाने उघडे पडलेले ते पुस्तक मला गप्प बसू देईना. या पुस्तकाचे वाचन करता करता एके दिवशी मी कथालेखक झालो. गोष्टी लिहायला लागल्यावर मी हे पुस्तक अभ्यासाच्या दृष्टीने वाचू लागलो. ते वाचता वाचता माझ्या डोळ्यांपुढे मी वाचीत असलेल्या वाङ्मयापेक्षा निराळीच चित्रे उभी राहू लागली. मी त्या चित्रांना नावे दिली : 'दोन ध्रुव', 'उल्का', 'चांभाराचा देव', 'जगन्नाथाचा रथ', 'चार भिंती.'

गेल्या दोन-तीन वर्षांत या पुस्तकापासून मी दूर झालो आहे, पण पुन्हा पुन्हा माझ्या मनात येते – चार-आठ दिवस तरी कोकणात जावे आणि ज्याच्या संगतीत माझी अठरा वर्षे आनंदाने गेली, त्या या फाटक्यातुटक्या पण जीवनरसाने भरलेल्या पुस्तकाची नवी चार पाने तरी चाळावीत!

१९४१

संगीत मेनका

'संगीत मेनका' हे रा. कृ.प्र. खाडिलकर यांचे बारावे नाटक होय. बारा वर्षांना तप मानण्याचा प्रघात असल्यामुळे या बाराव्या नाटकाने त्यांची नाट्यतपश्चर्या पूर्ण व सफळ झाल्याचे दृष्टोत्पत्तीला येईल, अशी अनेकांना आशा होती. पण मेनकेपुढे विश्वामित्राच्या तपश्चर्येने जेवढा टिकाव धरला, तेवढाच मेनकेमध्ये रा. खाडिलकरांच्या वाङ्मयीन तपश्चर्येने धरला आहे, असे त्यांचे कट्टर भक्तदेखील म्हणू लागले आहेत. या भक्तांना 'मेनके'तील विश्वामित्राच्या बटूंच्या कोटीत रा. खाडिलकर ढकलतील. पण ह्या बटुवृंदाबाहेर असलेल्या सामान्य लोकांना 'मेनका' वाचून काय बोध किंवा आनंद प्राप्त झाला, हे पाहणे हा या परीक्षणाचा मुख्य उद्देश आहे.

प्रत्येक नाटकाच्या जन्माबरोबर त्याच्या पाठच्या भावी भावंडाची जाहिरात देण्याचा रा. खाडिलकरांचा प्रघात असतो. या प्रघाताला अनुसरून 'द्रौपदी'ने आपल्या पाठच्या बहिणीचे 'मेनका' हे नाव जगाला जाहीर केले. पतिव्रता म्हणून प्रसिद्ध असलेली द्रौपदी आणि तपोभंग करणारी अप्सरा म्हणून प्रख्यात असलेली मेनका या दोघींची सांगड कित्येकांना पाणिनीच्या 'श्वानं युवानं मघवानम्' या सूत्रासारखीच वाटली असेल. पण कविकल्पनेला मिळमिळीतपणापेक्षा भडकपणा; मग तो कोणत्याही प्रकारचा असो – आवडतो! कुबेराच्या अलकेप्रमाणे निष्कांचन तपस्व्यांची पर्णकुटिकाही तिचे विहारमंदिर होऊ शकते, स्वर्गाप्रमाणे नरकाचेही वर्णन करताना तिला स्फुरण येते. मुसळधार कोसळणाऱ्या पावसाने ती जशी उचंबळते, तशीच अरण्ये खाक करणारा वणवा पाहूनही ती उद्दीपित होते या गोष्टी लक्षात घेऊन रा. खाडिलकरांच्या या निवडीबद्दल कुणीही नाके मुरडली नाहीत. शिवाय पौराणिक कथांना नाट्यपूर्ण कल्पकतेने मुरड घालण्याची रा. खाडिलकरांची

पद्धती सर्वपरिचित असल्यामुळे 'मेनके'कडे लोकांचे लक्ष उत्कंठेने वेधून राहिले.

क्रिकेटच्या चौरंगी सामन्यात शंभर धावा करणाऱ्या खेळाडूकडे लोक ज्या आतुरतेने व उत्कंठेने पाहतात, त्याच उत्कंठेने रसिक वाचक वर्ग रा. खाडिलकरांच्या नाटकाकडे पाहत असतो. रा. खाडिलकरांच्या या लोकप्रियतेची कारणे मात्र सर्वानुमते एकच ठरतील, असे वाटत नाही. खाडिलकरांच्या भूमिका सर्वसामान्य प्रेक्षकांना नीट समजत नाहीत, असे त्या करणारे बालगंधर्व म्हणतात. उलट प्रेक्षकांची सर्वसामान्य ग्रहणशक्ती लक्षात घेऊनच खाडिलकर आपले वाक्य न् वाक्य लिहितात व त्यामुळेच ते प्रेक्षकांची मने तल्लीन करू शकतात, असे कित्येकांना वाटते. त्यांचे कथानक अरण्यातील नागमोडी वाटेप्रमाणे क्षणात झुळझुळणाऱ्या झऱ्याच्या काठी विहार करणारे, तर क्षणात अंधकारमय अशा गुहेच्या दारात उभे राहणारे असे नसते. ते एखाद्या राजरस्त्याप्रमाणे सरळ जाते. नाकासमोर जाणाऱ्या मनुष्याला त्यात कधीही चुकल्या-चुकल्यासारखे वाटत नाही. त्यांचे स्वभावरेखन इंद्रधनुष्याप्रमाणे बहुरंगी नसते. ते बहुधा सूर्याप्रमाणे एकरंगी व तेजस्वी असते. कल्पनेच्या भराऱ्यांपेक्षा ओजस्वी गर्जना त्यांच्या भाषेत अधिक आढळतात. त्यांच्या या सर्व गुणांवरून लोकांनी मेनकेविषयी जी अटकळ बांधली होती, ती अशी :

कथानकात विशेष नावीन्य नसले, तरी नाटक अत्यंत परिणामकारक होणार, विश्वामित्राची शेवटची पश्चात्तापाची भाषणे शुक्राचार्यांच्या भाषणांपेक्षाही रसरशीत होऊन अंगावर रोमांच उभे करणार आणि मदिरेप्रमाणे मदिराक्षीही पुरुषाच्या आयुष्याची, तपश्चर्येची व ध्येयाची राखरांगोळी करते, हे तत्त्व प्रत्येक प्रेक्षकाच्या हृदयावर कायमचे कोरले जाणार! कविकल्पनेचे कौशल्य वाचक-प्रेक्षकांना चकविण्यात असते व ही अपेक्षा खोटी ठरविण्यापुरते तरी रा. खाडिलकरांनी ते दाखविले आहे, असे म्हणायला हरकत नाही. लोहपिष्ट खाऊन साठ हजार वर्षे तपश्चर्या करणाऱ्या विश्वामित्राला मेनकेने मोहिनी घालून त्याची तपश्चर्या कशी मातीमोल केली, हा कथाभाग या नाटकात आला आहे. प्रतिसृष्टी निर्माण करण्याचे सामर्थ्य असलेला विश्वामित्र लोहपिष्ट सोडून अप्सरेच्या अधरामृतात सुख मानू लागला, हा त्याचा नैतिक व तात्त्विक दृष्टीने अध:पात होय. आकाशातल्या ताऱ्यांपैकी एखादा तुटून पृथ्वीवर पडला, तर त्याचे काही नवल वाटत नाही, पण ध्रुव तुटला, तर तो केवढा बरे उत्पात होईल? उन्हाळ्यात ओढे सुकून जातात, पण समुद्र काही आटत नाही. याच न्यायाने एखाद्या सामान्य कामुक मनुष्याला मेनकेने मोहिनी घातली असती, तर त्यात कवीने वर्णन करण्याजोगे अगर वाचकांनी वाचण्याजोगे काहीच नव्हते. वैराग्याचे कंकण बांधून बसलेल्या

विश्वामित्राला मेनकेने आपल्या कंकणाच्या तालावर नाचविले, एका अक्षराने ब्रह्मांड जाळण्याचे सामर्थ्य असलेल्या या ऋषीला मदनाला काही जाळता आले नाही. देवांनी स्वर्गातून खाली ढकलून दिलेल्या त्रिशंकूला आपल्या तपश्चर्येच्या प्रभावाने पृथ्वीवर पडू न देणाऱ्या तपस्व्याला लावण्यलतिकेच्या सहवासात आपले अध:पतन काही टाळता आले नाही, हा या कथेचा आत्मा आहे. पुरुषमात्राचा कमकुवतपणा दाखविणारी ही कथा उघडउघड करुणपर्यवसायी आहे. मॅकबेथचा लोभ जसा त्याचा सर्वनाश करतो, त्याप्रमाणे विश्वामित्राचा काम त्याच्या सर्व तपाची राखरांगोळी करतो. करुणपर्यवसायी नाटकाला नायकाचा मृत्यूच आवश्यक असतो, असे नाही आणि मेनकेच्या मोहात सापडून शकुंतलेचा पिता झाल्यावर विश्वामित्रही लज्जेने मेल्याहूनही मेल्यासारखाच झाला नसेल काय? इंद्रपदाचा थरकाप करून सोडणारी त्याची तपश्चर्या मोहाच्या एका क्षणाने नि:सत्त्व झाली, ही गोष्ट पदोपदी त्याच्या अंत:करणाला शल्याप्रमाणे टोचत नसेल काय? एका क्षणाने आपले साठ हजार वर्षांचे श्रम फुकट घालविले, मेनकेच्या डोळ्यांतील क्षणभर चमकणाऱ्या पाण्यात आपले तपश्चर्येचे तेज लुप्त होऊन गेले, तिच्या एका उष्ण नि:श्वासाने आपली वैराग्यलतिका करपून गेली या गोष्टी डोळ्यांपुढे उभ्या राहून पश्चात्तापाने दग्ध होणाऱ्या विश्वामित्राचे चित्र डोळ्यांपुढे आणले, तर ते जितके करुणास्पद, तितकेच परिणामकारक भासते. पण रा. खाडिलकरांचा विश्वामित्र नाटकाच्या शेवटी पश्चात्तापाने मेनकेला दूर लोटीत नसून उलट प्रेमाने तिला जवळ घेत आहे. मोहांध होऊन तो मेनकेच्या पाशात सापडला असे नसून उलट उघड्या डोळ्यांनी 'शकुंतला जन्मास येईतो माझी अर्धांगी म्हणून मी तुझे पाणिग्रहण करीत आहे.' (पृ.७१) असल्या गोष्टी बोलत आहे. त्यामुळे मूळ कथेत शोकपर्यवसायी नाटकाला आवश्यक असलेली जी बीजे होती, ती सर्व विश्वामित्राच्या 'आलिया भोगासी असावे सादर' या शुष्क तत्त्वज्ञानात खुरटून गेली आहेत.

अशा रीतीने 'मेनका' नाटकाचे पर्यवसान 'न हिंदुर्नयवन:' अशा मासल्याचे झाले आहे. बरे, नाटक आनंदपर्यवसायी म्हणावे, तर मेनका शकुंतलेला विश्वामित्राच्या पायांवर ठेवून स्वर्गात जाण्याची परवानगी मागते व आपले मातृवात्सल्य प्रगट करते (पृ. ७२). 'मातेशिवाय इतर स्त्रियांना स्वर्ग नाही', असे एकाच पृष्ठापूर्वी मेनका म्हणत असते. शकुंतलेला जन्म देऊन माता झाल्याबरोबर ती स्वर्गात जायलाही निघते, पण शकुंतलेला बरोबर घेण्याचा विचार देखील तिच्या मनात येत नाही. शकुंतलेला बरोबर नेली असती, तर कदाचित बिचाऱ्या 'माते'च्या स्वर्गसुखात व्यत्यय आला असता! कदाचित या भरतभूमीवर उपकार करण्याकरिताही तिने शकुंतलेला पृथ्वीवरच ठेवले असेल! कारण शकुंतलेला जर तिने स्वर्गात नेले असते, तर हरिणाची शिकार करीत

येणाऱ्या दुष्यंताला जी हरिणाची शिकार साधली, ती साधलीही नसती व भरत जन्माला न आल्यामुळे आमच्या या आर्यावर्ताचे दुसरेच काहीतरी नाव पडले असते! बाकी 'मातेशिवाय इतर स्त्रियांना स्वर्ग नाही' हा हुकूम अप्सरांना फर्माविणारा इंद्र त्या मातांना आपल्या अपत्यांना पृथ्वीवरच टाकून यावयाला सांगत असेल, तर स्वर्ग हे एक मोठे संस्थान असून त्यात निघणारी फर्माने हिंदी संस्थानांच्या फर्मानांनाही लाजविणारी असेच म्हणावे लागेल. यथा माता तथा पिता! विश्वामित्रही मेनकेइतकेच वात्सल्य दाखवितो व मुलीला हातदेखील न लावता नव्या तपश्चर्येसाठी तेथून पाय काढतो. बिचाऱ्या शकुंतलेची स्थिती मात्र आई जेवू घालीना व बाप भीक मागू देईना, अशी झाली म्हणावयाची! आता विश्वामित्र हे त्रिकालज्ञानी असल्यामुळे तत्कालीन लालशंकर उमियाशंकर जे कण्वऋषि, ते आपल्या आश्रमात येणार व शकुंतलेला नेऊन तिचे पालनपोषण करणार, हे त्यांना कळले होते व म्हणूनच त्यांनी शकुंतलेला तिथे टाकली, असे या कृतीचे समर्थन होण्याचा संभव आहे. विश्वामित्राच्या त्रिकालज्ञानाबद्दल वाद करणे म्हणजे आपले अज्ञान प्रदर्शित करणे होईल. पण या त्रिकालज्ञानी ऋषीला शकुंतलेचे पुढे काय होणार, हे जसे कळले, त्याप्रमाणे मेनकेने आश्रमात पाऊल टाकल्याबरोबर ती आपल्या गळ्यात पडणार व आपल्याला पितृपदी चढविणार, हेही त्याला कळावयास पाहिजे होते व हे कळले होते, तर 'दृष्टीस पडलीस, म्हणजे तुला टाळीन आणि कंटाळून कंटाळून तुला निघून जावे लागेल' (पृ. १७) असले उद्गार तो का काढतो, हे समजत नाही! कळून-सवरून काढीत असेल, तर हे सर्व नाटक आहे, हे त्यानेही ओळखले होते, असे म्हणावे लागेल.

विश्वामित्राने मेनकेच्या मोहिनीने मूढ होणे व मोहांध दृष्टी निवळल्यानंतर त्याला पश्चात्ताप होणे ह्या अवस्था जर नाटकात रेखाटल्या असत्या, तर स्त्रीजातीची, विश्वाच्या मातेची निंदा करावी लागली असती. म्हणून खाडिलकरांनी विश्वामित्राच्या चारित्र्यावर मोहाचा काळा रंग फासण्याऐवजी मेनकेच्या स्वभावचित्रातच पावित्र्याचा पांढरा रंग भरला असावा, असे अनेकांना वाटण्याचा संभव आहे. परंतु हे मंडनही बव्हंशी लंगडे आहे. खाडिलकर 'यत्र नार्यस्तु निंद्यन्ते रमन्ते तत्र देवता:' अशा बाण्याचे नसले, तरी केवळ स्त्रीदाक्षिण्यामुळे कुटिल स्त्री रंगविताना ते हात आखडता घेतात, असे मात्र म्हणता येणार नाही. त्यांच्यात उतू जाण्याइतके स्त्रीदाक्षिण्य तर नाहीच; उलट ते कित्येक वेळा असावे, त्यापेक्षा कमी असते, हे 'विद्याहरणा'तील रसिका या पात्रावरून व त्यातील 'फुकटी'सारख्या घाणेरड्या कोट्यांवरून सहज दिसून येईल. इंद्रसभेहून आलेली सौंदर्यसंपन्न अप्सरा या दृष्टीने जर त्यांनी मेनका रंगविली असती, तर तिच्या मदतीने सध्याच्या स्त्रियांची

वस्त्रे, भूषणे व इतर प्रसाधने आणि त्यांनी होणारे नेत्रसुख यांवर त्यांनी खुशाल तोंडसुख घेतले असते. रा. खाडिलकर स्त्रीपुरुषांच्या समतेचे पुरस्कर्ते आहेत की नाहीत, हे आम्हांस माहीत नाही, पण पौराणिक पात्रांच्या आड उभे राहून चिमटे घेताना ते स्त्रीपुरुषांत मुळीच भेदभाव करीत नाहीत, हे कोणीही प्रांजलपणे कबूल करील.

मग बोधाच्या दृष्टीने अनिष्ट व रसाच्या दृष्टीने अपकर्षक असा मेनकेच्या स्वभावात रा. खाडिलकरांनी फरक का केला? अलीकडच्या राजकारणाच्या भाषेत ते कट्टर नाफेरवाले असले, तरी पुराणांच्या दृष्टीने ते कट्टर फेरवाले आहेत. जुन्या चालीरीतींत सुधारक जे फरक घडवून आणू इच्छितात, ते जरी त्यांना मान्य नसले, तरी पौराणिक कथांत ते नेहमी स्वत:ला इष्ट वाटतील, ते फेरफार करीत असतात. ऐतिहासिक नाटक म्हणजे ज्याप्रमाणे इतिहास नव्हे, त्याप्रमाणे पौराणिक नाटक हे काही पुराण नसल्यामुळे असले फेरफार करण्याचा नाटककाराला अधिकार आहे, असे रा. खाडिलकरांप्रमाणे आम्हांलाही वाटते. या फेरफारांना 'विद्याहरणा'च्या वेळी खाडिलकर 'शिष्टसंमत' म्हणत असत, 'स्वयंवरा'च्या वेळी 'काही' हे विशेषण त्यांनी या फेरफारांना बहाल केले व आता 'मेनकेतील फेरफार' त्यांनी 'योग्य' ठरविले आहेत. 'शिष्टसंमता'ची उचलबांगडी होऊन त्याची जागा जी 'योग्य'ला देण्यात आली आहे, त्याचे कारण सध्या कोणी शिष्टच उरले नाहीत की हे 'योग्य' फेरफार शिष्टसंमत नाहीत, हे सांगणे कठीण आहे. आपण ठरवू ते फेरफार योग्य, अशी खाडिलकरांची 'योग्य' शब्दाची व्याख्या असल्यास प्रश्नच आटोपला! ज्यामुळे पौराणिक पात्रांचे स्वभाव अविकृत राहतील, ज्यामुळे कथानकाच्या मूळ हेतूचा विपर्यास होणार नाही व जे नाटकाला नाट्य अगर वाङ्मय या दृष्टीने उपकारक ठरतील, ते ते सर्व फेरफार कवीने अवश्य करावेत, पण 'विनायकं प्रकुर्वाणो रचयामास वानरम्' असल्या मासल्याचे शिल्प मात्र दाखवू नये. मूळ कथेत क्रांती घडवून आणण्याइतका मोठा फेरफार असेल, तर त्याच्या आधारावर दुसरे स्वतंत्र पौराणिक अगर सामाजिक कथानक रचावे, पण पौराणिक कथेच्या दुग्धात आपल्या स्वैर कल्पनेचे लिंबू (ते एरवी कितीही रुचकर असले, तरी) पिळू नये.

खाडिलकरांनी उघड्या डोळ्यांनी विश्वामित्राला शकुंतला होईपर्यंत मेनकेशी गांधर्व विवाह लावावयाला लावला आहे व मेनकेला विश्वामित्राच्या तपश्चर्येच्या भंगासाठी पाठविलेली लावण्यवती अप्सरा न ठेवता सरस्वतीलाही न समजणारे तत्त्वज्ञान प्रतिपादणारी, गार्गीमैत्रेयींना पदोपदी कोळून पिणारी आणि सेवाधर्माने विश्वामित्राला जिंकणारी देवता बनविली आहे. मेनकेचे स्वरूप असे उज्ज्वल दाखविल्यामुळे पश्चात्तापदग्ध विश्वामित्र रेखाटणे त्यांना अशक्यच होते.

खाडिलकरांच्या प्रस्तावनेवरून विश्वामित्राचा केवळ मेनकेशी संबंध आला होता, असे नसून तो 'घृताची अप्सरेलाही बळी पडला होता' असेही दिसते. मेनकेशी त्याचा जो संबंध आला, तो 'विश्वाच्या कार्या'करिता, असे खाडिलकर सांगतात. (पृ.७०) ते विश्वाचे कार्य शकुंतला हेच असेल, तर तत्त्वज्ञानाचा ओबडधोबड डोंगर पोखरून नाटककारांनी हरिदासाची कथा मूळ पदावर आणली, असेच कुणालाही वाटेल. ते विश्वाचे कार्य म्हणजे गायत्री मंत्र, असेही (पृ.७०) मेनकेच्या भाषणावरून वाटते. शेवटी शकुंतलेला उद्देशून 'ही मूर्तिमंत गायत्रीच जन्माला आली आहे' असे विश्वामित्र म्हणतो. (पृ.७२) गायत्री मात्र खरी! (जिला जन्मत:च आईबापांनी टाकली व पुढे नवऱ्याने नाकबूल केली, त्या गरीब गाईला दुसरे कोणते नाव योग्य दिसणार?) मेनका म्हणते, तो गायत्रीचा मंत्र हाच असेल, तर त्याचा छंद तिने विश्वामित्राला मुळीच लावला नाही. तो लागता, तर अजाण शकुंतलेचे मटामट मुके घ्यावयाचे सोडून तो पुन्हा लोहपिष्ट भक्षण करायला धावलाच नसता. नाटकाचा तिसरा अंक संपल्यानंतर पुढे पुष्कळ दिवसांनी तो गायत्री मंत्राचा द्रष्टा झाला असेल, तर त्या द्रष्टेपणाचा मेनकेच्या संबंधाशी काय संबंध? मेनकेशी संबंध ठेवूनही तो पुढे गायत्री मंत्राचा द्रष्टा झाला. यावरून Even saints have a past & sinners have a future ही उक्ती फार तर खरी ठरेल. शिवाय पुढे कधी काळी प्राप्त होणाऱ्या गायत्रीमंत्राचा विश्वामित्राला मेनकेने छंद लावला, म्हणजे केले तरी काय? विश्वामित्र म्हणजे काय एखाद्या शाळेतला चुकारतट्टू मुलगा होता की, त्याला चुचकारून आणि खाऊ द्यावयाचे कबूल करून मेनकेने गायत्री मंत्राच्या वर्गात नेऊन बसविले? स्वर्गात मेनका इंद्रापुढे शृंगारपूर्ण नृत्य करीत असताना त्याचे तपश्चर्येचे आसन अढळ होते; मेनका अमृत पिऊन नाचरंगात दंग असताना तो लोहपिष्ट भक्षण करून योगसाधनांत मग्न होता; मेनका जितकी विलासप्रिय, तितकाच हा वैराग्यशील! मग अशी मेनका पृथ्वीवर उतरताच विश्वामित्राला गायत्री मंत्राचा धडा घालून देण्याइतकी विदूषी कुठून झाली? स्वर्गात बृहस्पतीच्या सहवासात जे ज्ञान तिला प्राप्त झाले नव्हते, ते विश्वामित्राच्या आश्रमाचा वारा लागताच कुठून उद्भवले? खाडिलकरांनी मेनकेच्या केलेल्या वर्णनावरून स्वर्गात स्त्रीशिक्षण फार जोरात असावे, असे अधून मधून वाटते, हे खरे, पण मेनकेने विश्वामित्राला काही मंत्रांचा छंद लावणे हे कुडबुड्या जोश्याने भास्कराचार्यांना ज्योतिर्गणित शिकविणे अगर एखाद्या वैदूने धन्वंतरीला आयुर्वेदविषयक माहिती देणे याच्यासारखेच हास्यास्पद भासते.

विश्वामित्र जर घृताची अप्सरेला बळी पडला होता, तर तो दुसऱ्यांदा मेनकेला कशावरून बळी पडला नसेल? 'घृताची मेनका रंभा उर्वशी च

तिलोत्तमा! सुकेशी मंजुघोषाद्या: कथ्यंतेऽप्सरसौ बुधै:' या श्लोकात इंद्राच्या प्रमुख अप्सरांची यादी दिली आहे व त्यात घृताची ही पहिली आहे. तिला विश्वामित्र बळी पडल्याचे खाडिलकर प्रस्तावनेतच सांगतात व विश्वामित्राच्या आणि मेनकेच्या संबंधांचे (यात बळी वगैरे काही भानगड नाही) खाडिलकरांनी साग्रसंगीत वर्णन तीन अंकांत केले आहे. या संबंधांमुळे जर विश्वामित्राला गायत्री मंत्र मिळाला असे मानले, तर रंभा, उर्वशी, आदिकरून अप्सरा पाठवून इंद्राने आणखी महामंत्र का पैदा केले नाहीत हे कळत नाही. प्रस्तावनेत विश्वामित्राची जी महती खाडिलकरांनी वर्णन केली आहे, तिचा मेनका प्रकरणाशी काडीचाही संबंध नाही. तो ऋग्वेदाच्या तिसऱ्या मंडलाचा ऋषी असेल वा नसेल, पण मेनकेला दूर ढकलता ढकलता तो तिच्याच आहारी गेला व त्यांच्या संबंधांचा तिसराच काही शेवट झाला, ही गोष्ट मात्र खरी!

मग खाडिलकरांनी महानंदेसारखी भासणारी मेनका का रंगविली, हा प्रश्न सहजच डोळ्यांपुढे उभा राहतो. खाडिलकर कथेच्या प्रवाहाबरोबर वाहत जाणारे लेचेपेचे नाटककार नसून कथाप्रवाहाला इष्ट वळण लावणारे प्रभावशाली नाटककार आहेत. कथेच्या दगडातून होईल ती मूर्ती होवो, म्हणून ते कधीही आपल्या टाकीचे घाव घालणार नाहीत. त्यांचे ध्येय – त्यांची मूर्ती ठरलेली असते व ती त्या दगडातून काढण्याकरिता ते अत्यंत परिश्रम घेतात. त्यांच्या नाटकात कलाविलासापेक्षाही ध्येयप्राधान्य फार ठळकपणे उठून दिसते, असे म्हणावयाला हरकत नाही. त्यांच्या नाट्यप्रसंगांची नक्षत्रमाला एखाद्या ध्येयसूर्याभोवतीच नेहमी फिरत असते. या सर्व गोष्टी जर खऱ्या आहेत, तर खाडिलकरांनी 'मेनका' नाटकाची केलेली मांडणी आदरणीय नसली, तरी विचारणीय असलीच पाहिजे.

– आणि एका दृष्टीने ती विचारणीय आहेही. मी मी म्हणणारे ऋषीदेखील स्त्रीच्या मोहिनीला बळी पडतात, राजदंडाला न जुमानणाराला कामिनी केशकलापाने सहज बद्ध करते, कुबेराची सुवर्णनगरी तुच्छ मानणारा रमणीचा सुवर्णदेह पाहून मोहित होतो, पायांत शृंखला पडल्या, तरी जे हृदय तिळमात्र डगमगत नाही, तेच नुसत्या कंकणरवाने चलबिचल पावते, असा जो जगाचा अनुभव आहे, तोच विश्वामित्राच्या अध:पातात ग्रथित झाला आहे. पुराणांतरी प्रमिलेने पुरुषांच्या रागाने बायकांचे बंड उभारल्याची कथा आहे. ह्या कथेतील बायकांची जी स्थिती होते, तीच मेनकेशी संबंध आल्यानंतर विश्वामित्राचीही होते. तो प्रेमाला बळी पडतो. पण त्याला अध:पात म्हणण्याचे कारण अल्लड प्रमिलेच्या मानाने तो किती तरी वृद्ध, अनुभवी व तपोनिष्ठ होता. शिवाय त्याने मेनकेशी 'मुदतीचे लग्न' (पृ. ७१) न लावता तिला आपली सहचारिणी केली असती, तर हे सर्व 'ऋषीचे बंड' या गोड नावाने संबोधिता आले असते, पण विश्वामित्र मेनकेच्या

लावण्याला बळी पडला, ही कल्पनाच ग्राम्य वाटून खाडिलकरांनी त्यांच्या संबंधांत कामुकतेचा अंशच नव्हता, अशा पायावर आपले नाट्यमंदिर उभारले आहे. ७२ पृष्ठांपर्यंत आपल्याला मुलगी होणार, याची विश्वामित्रालाही कल्पना नसते. इंद्राकडून मातेशिवाय इतरांना स्वर्ग नाही, हे हद्दपारीचे फर्मान सुटल्यामुळे मेनकेला मुदतबंदीचा गांधर्वविवाह करावा लागला असे म्हणावे, तर इंद्राला ही संस्थानिकी शक्कल सुचण्याच्या आधीच मेनका या गोष्टीचे चिंतन करीत असते. आश्रमात येताच 'माझ्या सेवेमुळे सर्व पृथ्वीचे पालन करणारे ते आपल्या आश्रमात जन्मास आले, असे वसिष्ठ महर्षीही बोलू लागतील', असे भविष्य ती सांगते. (पृ. १७) त्यामुळे 'मी कामुक नाही' (पृ. ६८) असे जरी ती पुढे शपथेवर सांगते, तरी विश्वामित्राखेरीज इतरांना ते खोटेच वाटते. 'माता होण्याची माझी हौस आपण पुरविलीच पाहिजे.' ती म्हणते. ती जर कामुक नव्हती आणि विश्वामित्राने जर काम जिंकला होता, तर तिची माता होण्याची हौस पुरविण्याकरिता अर्धांगी म्हणून तिचे पाणिग्रहण करण्याचे काय कारण होते? मेनकेला इंद्राच्या विरोधाला न जुमानता इंद्रसभेत उभे करण्याचे सामर्थ्य जर त्याला होते, तर त्याचाच त्याने या कामी का नाही उपयोग केला? पुराणातील पार्वतीने आपल्या मळाचा पुत्र केल्याचा उल्लेख आहे, अशीच एखादी शेणामेणाची मुलगी विश्वामित्राने आपल्या मंत्रसामर्थ्याने मेनकेला प्राप्त करून दिली असती, म्हणजे 'बघुनि मेनकेला' म्हणून 'सौभद्र' नाटकात कृष्णाने त्याची थट्टाही केली नसती व त्या कन्येला पाहून नव्या तपश्चर्येला जाण्याची त्याला घाईही झाली नसती. आता जाळपोळीचा विध्वंसक कार्यक्रमच त्याच्या मंत्रांना माहीत होता. मुलगी निर्माण करण्याचा विधायक कार्यक्रम त्याला ज्ञात अगर मान्य नव्हता, असा मुद्दा असेल, तर बोलणेच खुंटले! खाडिलकरांनी पौराणिक कथेप्रमाणेच शकुंतला-जन्म हे आपले साध्य ठेवले, पण रंगेल नृत्य करणाऱ्या मेनकेला पतिव्रता बनवून स्वरूपसौंदर्याने वेडावून जाणाऱ्या विश्वामित्राला काम जिंकणारा महर्षी ठरविले! त्यामुळे हा सर्व घोटाळा उत्पन्न झाला आहे. जसे फळ रंगवायचे असेल, तसेच झाड पाहिजे. नारळीच्या झाडाला द्राक्षे लागलेली दाखविली अगर द्राक्षाच्या वेली नारळांनी ओथंबलेल्या दाखविल्या, तर झाड व फळे ही स्वतंत्र रीतीने सुंदर साधली असली, तरी एकंदर चित्र हास्यास्पद ठरेल. तसाच 'मेनका' नाटकाचा प्रकार झाला आहे.

मेनकेच्या माता होण्याच्या हौसेची तशीच गोष्ट आहे. 'स्त्रियांच्या मातृपदापुढे पुरुषांचा पुरुषार्थ फिक्का पडणारा आहे' (पृ. ७०) हे तिचे वाक्य अक्षरशः सत्य आहे. माता अपत्याचे नऊ महिने उदरात पालनपोषण करते, स्वतः पुनर्जन्माच्या दिव्यातून जाऊन बालकाच्या डोळ्यांच्या पापणीच्या उघडझापीबरोबर

तिचे हृदयकमल विकास अगर संकोच पावू लागते, त्याचे तोंड मलूल झाले की, तिचे तोंड मलूल होते, ते आजारी पडले, तर इतर सामान्य पाश तर लांबच राहोत, पण निद्रेचा पाशही ती झुगारून देते; त्याच्या पायाला काटा लागला, तर तिच्या डोळ्यांतून पाणी निघते. बालकाचे संगोपन, संवर्धन हेच काय ते मातेचे जीवित होऊन बसते. परमेश्वर भक्तासाठी जे जे करतो, ते ते मातेने मुलाच्या केलेल्या सेवेच्या पासंगालाही लागणार नाही. अहंकार नाहीसा होणे हीच जर खरी मुक्ती असेल, तर पंचाग्निसाधन करीत बसणाऱ्या पुरुषापेक्षा बालकाची जीवनज्योती रक्षीत बसणाऱ्या मातेलाच ती लवकर प्राप्त होईल. 'आत्मवत् सर्व भूतानि' या सुंदर वेदान्ताचे पुरुष पुराणामध्ये उत्कृष्ट निरूपण करतील, पण तो आचरणात आणलेला पाहावयाचा असल्यास आजारी बालकाच्या उशाशी जागत बसणाऱ्या मातेकडेच गेले पाहिजे. मातृपदाची थोरवी ही अशी आहे व मेनका शकुंतलेचे पालनपोषण करीत राहिली असती, तर तिने ज्या 'मातृपदाच्या हौसे'करिता विश्वामित्राला आपले पाणिग्रहण करावयाला लावले, ती हौस तरी सात्त्विक ठरली असती; पण काही राजांचे राजपद प्रजेला पिळून कर वसूल करण्यापलीकडे जसे जात नाही, तसे तिचे मातृपदही शकुंतलेला जन्म देण्यापेक्षा अधिक काहीच करीत नाही. बागेच्या बाबतीत माळी जे करतो, तेच अपत्याच्या बाबतीत मातेने करावयाचे असते, पण शकुंतलेचे मुख पाहिल्याबरोबर मेनकेला इंद्राचे दर्शन फार दिवसांत न झाल्याची आठवण होते! तिचे पहिले गोड रडणे ऐकताच अप्सरांचा ताफा आपल्या वाटेकडे डोळे लावून बसल्याचे चित्र तिला दिसू लागते आणि ज्या मातृपदाकरिता तिने एवढा अट्टाहास केला व स्वत: कामुक नसताना आणि विश्वामित्राने काम जाळला असताना ती विश्वामित्राची अर्धांगी बनली, ते मातृपद प्राप्त होताच तिने स्वर्गाकडे आपले पाऊल वळवावे, ही आश्चर्याची गोष्ट नव्हे काय? आपल्या लावण्याने, विभ्रमाने व शृंगारयुक्त चेष्टांनी विश्वामित्राच्या तपश्चर्येचा भंग करण्याकरिता आलेल्या मेनकेला शकुंतला जन्माला येताच तिच्याकडे पाहून विश्वामित्राच्या तपोभंगाची चालती-बोलती निशाणी म्हणून काय आनंद झाला असेल, तेवढाच! ती बोलून-चालून अप्सरा पडल्यामुळे कोकिळेप्रमाणे स्वत:चे पोर न सांभाळण्याचे बाळकडूच तिला मिळालेले होते; पण 'मातृपदाचे महत्त्व' या विषयावर पुन:पुन्हा व्याख्याने देणारी खाडिलकरांची मेनका मातृपद प्राप्त होताच एक हुंदकाही न देता सुखाने अपत्याचा त्याग करते, ही गोष्ट मात्र कशीशीच वाटते. मातृपदाचे महत्त्व या मर्त्य जगातच विशेष असल्यामुळे मेनकेने मनुष्याप्रमाणे वागले पाहिजे, असे आम्हांला वाटते. पण स्वर्गातील खानपानाप्रमाणे तिथल्या इतर चालीरीती व मातृपदाच्या कल्पनाही भिन्न असतील! नाही कुणी म्हणावे? खाडिलकरांची मेनका मातृपदाच्या गप्पा मारून विश्वामित्राची अर्धांगी होते व शकुंतला जन्माला येताच विश्वामित्राच्या

मंत्राचा स्वर्गात फैलाव करावयाला जाते. (पृ. ७१) या तिच्या मंत्रांच्या चळवळीला पुढे कितपत यश आले, हे समजण्याचा काहीच मार्ग नाही, यावरून ती पुरती ढोंगी असली पाहिजे, असे वाटते.

खाडिलकरांची मेनका तत्त्वज्ञानाशिवाय पाऊलच उचलीत नाही, पण तत्त्वज्ञान म्हणजे पुष्कळ वेळा मुलामा दिलेले ढोंग असते. पुराणे म्हणतात की, मेनकेला इंद्राने विश्वामित्राच्या तपश्चर्येचा भंग करण्याकरिता पाठविले होते. खाडिलकरांची मेनका प्रवेश करताच 'ही मी आले जळायला' (पृ.९) असे म्हणते! स्वर्गात मूर्तिमंत अग्निदेवता असताना केवळ जळण्यासाठी तिने हा लांबचा प्रवास अंगीकारला असेल, हे कुणालाच खरे वाटणार नाही. लगेच पुढे स्वगत भाषणात विश्वामित्राच्या डोळ्यांतला अग्नी बाहेर न पडता आत आतच दडपत चालला आहे, असे ती उद्गार काढते. यावरून तिची जळण्याची इच्छा राष्ट्रीय पक्षातल्या अनेक लोकांच्या असहकारितेसारखीच असावी, असे वाटते. तिला जर जळायचे होते व मरणाची सुखे भोगायची होती, तर विश्वामित्राचा क्रोधाग्नी मंद झाला, म्हणून तिला मुळीच आनंद वाटला नसता! तिचा हा जळण्याचा सत्याग्रह विश्वामित्राचा लेचेपेचेपणा कसाला लावण्यापुरताच आहे! विश्वामित्र खरोखरीच जाळायला उठला असता, तर मृत्यूचे सुख भोगण्याऐवजी तिने स्वर्गाचा रस्ताच सुधारला असता! 'यापुढे तपश्चर्येचा भंग करण्याकरिता मला इंद्राने पाठविले नाही.' (पृ. ११) असे ती म्हणते. इंग्रज हिंदुस्थानात आले, ते व्यापार करण्याकरिताच! राज्य करण्याकरिता आपण आलो आहो, असे त्यांनी कधीच बोलून दाखविले नाही. ही इंग्रजांची राजनीती मेनकेला चांगलीच अवगत असावी, असे दिसते. कारण मी तपश्चर्येचा भंग करण्याकरिता आले नाही, असे म्हणून ती थांबत नाही. उलट ती मरणाच्या सुखावर विश्वामित्राला एक व्याख्यान ऐकविते. भोळा बिचारा विश्वामित्र! तपश्चर्येत हाडाची काडे करण्याचे त्याला माहीत! 'मृत्यूची सुखे' माहीत असलेली स्वर्गीय विदुषी खोटे कसे बोलेल, असे त्याला वाटले! मासा गळात अडकला! पुढील स्वगत भाषणात (पृ. १७) मात्र या मांजरीची नखे चांगलीच बाहेर पडतात. 'आपली तपश्चर्या विधात्याच्या कार्याला जुंपण्याच्या अगोदर मला मृत्युलोकाचा कंटाळा कसा येईल?' असे मेनका म्हणते. शकुंतलेचे पितृपद विश्वामित्राला देणे हेच जर विधात्याचे कार्य असेल, तर ते मेनकेने चांगलेच पार पाडले, असे म्हटले पाहिजे; पण नाटकाच्या शेवटी विश्वामित्र पुन: नव्या तपश्चर्येला जात आहे. आपली तपश्चर्येची दिशा चुकली आहे, असे मेनका कुठेही सांगत नाही अगर त्यालाही तसे वाटत नाही. अर्थात विश्वामित्राची तपश्चर्या पुन: सुरू झाली की, त्याला पुन: विधात्याच्या कार्याला जुंपण्याचा प्रसंग मेनकेवर येणारच! हे 'पुनरपि जननं पुनरपि मरणं'

असले रहाटगाडगे कधीच थांबावयाचे नाही.

पृ. ३२वर 'मी इंद्राकडे रडगाणे गात कशाला जाते? आपली शिष्यीण होऊन आपल्याइतके ब्रह्मचर्यव्रत कडकडीत पाळण्याहून अधिक सुखाचा स्वर्ग कोणता आहे?' असे मेनका उद्गार काढते. अप्सरेच्या तोंडातील ब्रह्मचर्याच्या गोष्टी खादाड मनुष्याच्या लंघनासारख्या अगर विलासी मनुष्याच्या साधेपणासारख्याच कुणालाही वाटतील! खुद्द भोळ्या विश्वामित्रालाही तसेच वाटले. ब्रह्मचर्यव्रताच्या गप्पा मारणारी हीच बोलकी बाई पृ. ७०वर 'मातृपदी तनु मम बसवा' असा हट्ट धरते. हिचे ब्रह्मचर्यव्रत जगजाहीर करावयाला शेवटच्या प्रवेशात शकुंतला रंगभूमीवर आली आहे, म्हणून बरे! नाहीतर भरताच्या या आजीने नाटकाच्या भरतवाक्यातही ब्रह्मचर्यबोधामृत लोकांना पाजले असते!

'विधात्याच्या कार्याला विश्वामित्राला जुंपविण्याचा' हा ब्रह्मघोटाळा खाडिलकरांनी अशा विचित्र रीतीने केला, त्याचे मुख्य कारण त्यांची शुष्क तत्त्वज्ञानाची अनिवार लालसा हेच होय. नाटकाचे ध्येय उदात्त असावे, हा त्यांचा बाणा आहे व म्हणून ज्या ठिकाणी ते फारसे उदात्त नसेल, त्या ठिकाणी ते विश्वामित्राप्रमाणे नवी सृष्टी उत्पन्न करण्याचा अट्टहास करतात. अशी सृष्टी निर्माण करूनच ते थांबत नाहीत, तर त्या सृष्टीत ठिकठिकाणी तत्त्वज्ञानाचे डोंगरही निर्माण करतात. 'श्रीकृष्ण निंदेची पर्वा करत नाहीत हे खरे, पण त्यांचे चरित्र मलिन होऊ द्यायचे नाही, हे झाले, तरी विश्वकार्यच आहे.' ('द्रौपदी' पृ.४४) हे तत्त्वज्ञान 'द्रौपदी' नाटकात त्यांनी रंगविले आहे. 'मेनके'त विश्वकार्य सोडून विधात्याच्या कार्याच्या तत्त्वज्ञानाला त्यांनी स्वत:ला जुंपून घेतले आहे. अनेक वेळा रूक्ष भासणारे तत्त्वज्ञान सांगण्याची ही लहर त्यांच्या सर्व नाटकांतून दिसून येते. पण 'विद्याहरणा'पासून हा तत्त्वज्ञानाचा बिंदू क्रमाने एकसारखा वाढत जाऊन 'मेनके'त त्याचा सिंधू झाला आहे. या तत्त्वज्ञान-सिंधूत गटंगळ्या खाणाऱ्यांना तहानेच्या दृष्टीने हे तत्त्वज्ञान मृगजळाहून अधिक फायदेशीर होत नाही, हीच काय ती दु:खाची गोष्ट आहे.

या तत्त्वज्ञानाच्या मोहाला बळी पडूनच पौराणिक विश्वामित्र व मेनका यांच्यात वर उल्लेखिलेले फेरफार नाटककर्त्यांनी केले आहेत. विश्वामित्र-मेनकेच्या पौराणिक कथानकाची शिकवण 'स्त्री ही जगातली जादू व मानवी जीवितातील मोहिनी आहे. तिला वश न होणारा पुरुष जगात सापडणे शक्य आहे. अर्थात स्त्रियांवाचून आम्ही आनंदाने जगू, ही पुरुषांची प्रतिज्ञाही पोकळ आहे.' अशी आहे. ही शिकवण नाट्यरूपाने दोन तऱ्हांनी मांडता येईल. स्त्री पुरुषाला लावण्यानेही जिंकते व गुणांनीही जिंकते. स्वरूपसौंदर्याचा विजय व्यवहारात आढळत असला, तरी तत्त्वज्ञानाच्या उच्च वातावरणात त्याला काही किंमत

नाही. शारीरिक सौंदर्याला भुलून आत्म्याचा अध:पात होतो व आत्मिक सौंदर्याच्या सहवासात आत्म्याचा विकास होतो. पुराणात मेनकेच्या आत्मिक सौंदर्याचा काडीमात्रही उल्लेख नाही. अर्थात तिने विश्वामित्रावर पगडा बसविला, तो हृदयाच्या कोमलतेपेक्षा तनुलतेच्या कोमलतेने! याचे पुराणाला धरून वर्णन करावयाचे असते, तर नाटकाच्या पूर्वार्धात संभोगशृंगार व उत्तरार्धात करुण यांना पूर्ण अवसर मिळाला असता! अशा रीतीने रंगलेल्या मेनकेविषयी कुणाला काडीचाही आदर वाटला नसता, पण पश्चात्तप्त विश्वामित्राविषयी मात्र गाढ सहानुभूती निर्माण झाली असती! स्त्रीवाचून पुरुष अपूर्ण असला, तरी निव्वळ रूपाला भुलून स्त्रीच्या मोहात सापडणे म्हणजे आपल्या कर्तबगारीचा सत्यनाश करून घेणे होय, हा संदेश अशा रीतीने लिहिलेल्या नाटकाने शिकविला असता! स्त्रियांच्या मोहक सौंदर्याचा मोहच फक्त यात चितारला गेला असता! स्त्रीजीवितातील अत्यंत रमणीय असे जे आत्मिक सौंदर्य, ते त्यात अस्फुट रीतीनेदेखील व्यक्त झाले नसते; पण शारीरिक सौंदर्याला विश्वामित्र भुलला, ही कल्पनाच ग्राम्य वाटून खाडिलकरांनी पहिली बाजू अजिबात टाळली. त्यांनी आत्मिक सौंदर्याने नटलेली मेनका रंगविण्याचे ठरविले. काव्यापेक्षा तत्त्वज्ञानाकडे आणि मानवी गुणावगुणांपेक्षा ध्येयाच्या उदात्ततेकडे जो त्यांचा ओढा आहे, त्यामुळे त्यांना हा मार्ग अधिक इष्ट वाटला असावा, पण शिष्यीण म्हणून विश्वामित्राची सेवा करणारी मेनका रंगविता रंगविता त्यांनी तिला 'मातृपदी मम तनु बसवा' अशी गुरूला विनंती करावयाला लावली आहे. पहिल्या अंकातील तिची जळण्याची धमक व शेवटच्या अंकातील पळण्याची तयारी या दोन्हींची तुलना मधील प्रसंग लक्षात घेऊन केली की, 'विवेकभ्रष्टानां भवति विनिपात: शतमुख:' हा अर्थांतरन्यास सुचविणाऱ्या गंगेची आठवण होते. आरंभी स्वर्गंगेतले पावित्र्य, तर शेवटी अपत्याचा त्याग करण्याचा एखाद्या ओढ्याला शोभणारा गढूळपणा!

कथेचा अंत पौराणिक पद्धतीचा, तर आरंभ आपल्या उदात्त ध्येयाला व तत्त्वज्ञानाला धरून, असा धेडगुजरी प्रकार या नाटकाच्या उभारणीत झालेला आहे. डोके घोड्याचे व खालचे धड माणसाचे, अशा तुंबरूप्रमाणे कोणत्याही दृष्टीने पाहिले, तरी ते विसंगतच दिसते. मात्र तुंबरूप्रमाणे गाण्याच्या दृष्टीने ते लोकांना आवडणे शक्य आहे.

खाडिलकरांच्याच बाजूने विचार करावयाचा म्हटले, तर आणखीही एका दृष्टीने त्यांनी रंगविलेल्या नायक-नायिकांकडे पाहता येणे शक्य आहे. ती दृष्टी म्हणजे स्त्री आपल्या बाहुपाशाला तत्त्वज्ञानाची जोड देऊन पुरुषाला कशी बद्ध करते व त्या पाशात गुरफटला जात असतानाही पुरुष आत्मवंचना करून

स्वत:ला स्वतंत्र कसा समजत असतो, ही होय. या दृष्टीने त्यांनी मेनका एखाद्या मुत्सद्याप्रमाणे वरून विश्वामित्राच्या कलाप्रमाणे वागणारी, पण आतून आपला डाव साधणारी अशी आहे, असे म्हणता येईल. पुरुषांशी वादविवाद करून त्यांना जिंकणे कठीण. सेवेसारख्या त्यांच्या हृदयाला हात घालणाऱ्या मार्गाचाच अवलंब केला पाहिजे, हे ती ओळखते व त्याप्रमाणे वागते. या दृष्टीने, मी मरायला आले आहे म्हणून सांगणारी मेनका शेवटी एका मुलीला जन्म देऊन जाते, ही गोष्ट निदान सुसंगत तरी भासते. मिळतील तितक्या सुधारणा पदरात पाडून घ्याव्यात नि मग पुढल्यांकरिता प्रयत्न करीत राहावे, हाच उपदेश तिने स्वत:ला केलेला असावा. या दृष्टीने तिची सर्व बडबड व स्थित्यंतरे, विश्वामित्राशी बोलताना सांगितलेल्या गोष्टींचा स्वगत भाषणांशी विरोध वगैरे गोष्टी एका सूत्रात गुंफल्यासारख्या भासतात. मात्र अशा प्रकारची मेनका जरी तत्त्वज्ञानावर प्रवचने देत असली, तरी तिच्याबद्दल कुणालाही आदर वाटणे शक्य नाही.

गळाला लागणाऱ्या माशासारखी विश्वामित्राची स्थिती आहे. गळाच्या आहारी आपण न जाता त्यालाच आपल्या पचनी पाडू असे माशाला वाटते, तसेच मेनकेला निराश करूनच आपण परत पाठवू, अशी विश्वामित्राची कल्पना असते. क्षणोक्षणी पाण्याबाहेर काढलेल्या माशाने आपणच गळाला आपल्याकडे ओढीत आहो, अशी खोटीच कल्पना ज्याप्रमाणे करावी त्याप्रमाणे मेनकेच्या पाशात आपण गुरफटत असतानाही आपण अढळ आहोत, असे विश्वामित्र आपल्या मनाला सांगत असतो. हे सांगणे ढोंगाचे नसून त्यात मनुष्यमात्राला स्वाभाविक असलेली आत्मवंचना आहे. आपल्या कमकुवतपणाला तत्त्वज्ञानाच्या पांघरुणाखाली कसे लपवावे, हे मनुष्याला कुणी शिकवावे लागत नाही. परदेशी कपडा वापरणाराला इंग्लंडमधल्या मजुरांचा कळवळा येऊन विश्वबंधुत्व आठवते, ते अशाच वेळी! विडीमध्ये विचारशक्ती दिसू लागणे, दारूतील औषधीधर्म आठवणे, कृतीने सुधारणा करण्याची पाळी आली की, वडिलांचे वचन पाळणे किती इष्ट आहे हे दाखविण्यासाठी रामायणाकडे धाव घेणे हे सर्व आत्मवंचक तत्त्वज्ञानाचेच प्रकार होत. जिचे तोंड पाहण्याची विश्वामित्राची इच्छा नव्हती, तिचा तो हात धरतो. जिला रडगाणे गात इंद्राकडे पाठविण्याची त्याला महत्त्वाकांक्षा होती, तिला शिष्यीण करून तो आपले मंत्र शिकवितो व हे करीत असूनही आपण पहिल्याइतकेच प्रेमापासून अलिप्त आहो, असे तो मानतो! मनुष्याच्या आत्मवंचनेचा हा खरोखरीच उत्कृष्ट मासला आहे.

पण या आत्मवंचनेचे चित्र रेखाटतानाही खाडिलकरांच्या उदात्त तत्त्वज्ञानाने 'बीचमें मेरा चांदभाई' असा प्रकार केला आहेच. एकएक पायरी खाली उतरत येणारा विश्वामित्र तपश्चर्येपेक्षा लग्नाचे पोवाडे गाऊ लागलेला जर त्यांनी

दाखविला असता व मेनकेशी लग्न करणे म्हणजे आपल्या तपश्चर्येला योग्य मार्ग दाखविणे होय, असे उद्गार जर त्याने काढले असते, तर मोहसुलभ पण आत्मवंचक मानवी स्वभावाचे चित्र या नात्याने हे पात्र आकर्षक झाले असते. पण खाडिलकरांचा विश्वामित्र पडला उदात्त! त्याने षड्रिपूंपैकी पहिला जो काम, तो जिंकला आहे पण शत्रू नंबर दोन जो क्रोध, तो मात्र अजून त्याला शरण आलेला नसतो! बी.ए.त पहिल्या वर्गात पास होऊन मॅट्रिक नापास होणाऱ्या विद्यार्थ्यासारखाच विश्वामित्राचा हा मनोग्रह दिसतो. कामाने षड्रिपूंचे जे पुढारीपण मिळविले आहे, ते स्वत:च्या अजिंक्य बळावर! काम जिंकणाराने जग जिंकले, असे म्हणावयाला हरकत नाही. पण खाडिलकरांच्या विश्वामित्राचे सगळेच जगावेगळे आहे. तो क्रोध जिंकण्याकरिता मेनकेशी लग्न करतो. (लग्नानंतर बरीच रागीट माणसे गोगलगाय होतात, असे आढळते) व शकुंतलेला जन्म देऊन कामाच्या साहाय्याने क्रोध जिंकतो! पायात मोडलेल्या काट्याला पोटात औषध!

नाटकाचे ध्येय, त्या ध्येयाला कथाभाग पोषक आहे किंवा मारक आहे, स्वभावचरित्रे स्वाभाविक आहेत की अस्वाभाविक आहेत, नाट्यकथेची घडण प्रमाणबद्ध आहे की नाही, इत्यादी प्रश्नांचा येथपर्यंत ओझरता विचार झाला. खुद्द नाटकाकडे वळले, तर मूळच्या एकेरी कथाभागाला सजविण्याचा नाटककर्त्याने काहीच प्रयत्न केला नाही, असे दिसते. पहिल्या अंकात मेनका येते व तिला जाळण्याची धमकी देत देत 'मी तुला जाळीत नाही आणि ठेवूनही घेत नाही' असले हिरण्यकशिपूला ब्रह्मदेवाने दिलेल्या अमरपणाच्या वरासारखे उत्तर विश्वामित्र देतो. मेनकेच्या या चंचुप्रवेशानंतर मुसलप्रवेश म्हणजे मेनका विश्वामित्राची करीत असलेली सेवा होय! या सेवेच्या प्रवेशात मेनकेच्या हातात मुसळ दिले नसले, तरी त्याची धाकटी बहीण केरसुणी दिली आहे. विश्वामित्राच्या दृष्टीला न पडता त्याची सेवा करण्याच्या आड बटु वृद्धानंद येतो व तितक्यातच विश्वामित्र त्या बाजूला येऊ लागतो. नाटकाच्या सोयीसाठी मेनका जेथील केर काढीत असते, तेथेच विहीर असते. बटु वृद्धानंद मेनकेला आडवू लागल्यामुळे तिला इकडे आड व तिकडे विहीर होते आणि 'तिकडच्या'साठी ती विहीरच जवळ करते. विश्वामित्राच्या ऐवजी दुसरा एखादा ऋषी असता, तर तो सुंठीवाचून खोकला गेला, असे म्हणाला असता! पण या ऋषिवर्यांचा संकल्प पडला खोकून खोकून खोकला घालविण्याचा! आकाशात उडता येण्याची शक्ती असतानाही मेनकेने मुद्दाम विहिरीत उडी का टाकली, याचा खुलासा न विचारता एखाद्या बालवीराप्रमाणे विश्वामित्र तिला या अपघातातून वाचविण्याचा प्रयत्न करतो. प्रथमत: आपल्या मंत्रबळाने तो तिचा देह हवेहूनही हलका करून तिला विहिरीच्या

तोंडावर उभी करतो, पण तिला बाहेर यायला सांगितल्यानंतर ती ऐकत नाही, पाहून तिला हात धरून बाहेर काढतो. ज्याला विहिरीत पडलेल्या देहाला विहिरीच्या तोंडावर मंत्रबळाने अधांतरी उभे करता येते, त्याला त्या देहाला बाहेर काढण्याकरिता त्याचा हातच कशाला धरला पाहिजे? का गुरूने त्याला लवमंत्र शिकविला असून समांतरमंत्र शिकविला नव्हता, म्हणून मेनकेला विहिरीतून उभी वर काढता आली, पण आडवी मात्र त्याला चालविता येईना? अशा रीतीने विश्वामित्र तिचे, तिला विहिरीतून बाहेर काढण्याच्या सुमुहूर्तावर पाणिग्रहण तर करतोच. त्या गोष्टीचा 'पाणिग्रहणाचे सुख', 'पाणिग्रहणाचा लाभ' (पृ. ३७) असा मेनका स्पष्ट उल्लेखही करते, पण पुढच्याच पानावरती ब्रह्मचर्यव्रताचे माहात्म्य गाऊ लागते. कदाचित ब्रह्मचर्यव्रत पाणिग्रहणाच्या सुखावाचून पाळता येत नसेल! कुणी सांगावे? या इंद्राच्या अप्सरेच्या ब्रह्मचर्याच्या बाता ऐकून विश्वामित्र अंतर्धान स्थितीत काही दिवस तपश्चर्येला जाण्याचा विचार करतो व आपल्या गैरहजेरीत आश्रमाचे आचार्यपद तिला देतो. ज्या मेनकेच्या स्पर्शाबद्दल प्रायश्चित्त म्हणून तो तपश्चर्या करायला जातो, त्याच मेनकेच्या हवाली तो आपले शिष्य करतो! ज्या स्पर्शाबद्दल हा प्रायश्चित्त घ्यावयाला लागतो, त्याच स्पर्शाला 'पाणिग्रहणाचे सुख' मानणाऱ्या मेनकेला तो प्रायश्चित्त तर काही सांगत नाहीच, उलट तिला बढती मात्र देतो. 'अगं अगं म्हशी, मला का गं नेशी' याचे उत्कृष्ट उदाहरण याच्याखेरीज दुसरीकडे कोठे सापडणार?

प्रायश्चित्तासाठी गेलेला विश्वामित्र प्रगट होतो, तो 'गुरुजींनी हा नाच पाहिलाच पाहिजे' असे बालमूर्ति म्हणतो तेव्हा (पृ.४७). त्याच्या या आकस्मिक प्रगट होण्याने त्याला शंभर वर्षे आयुष्य आहे, असेच कुणीही म्हटले असते. पण त्याची तपश्चर्याच साठ हजार वर्षांची असल्यामुळे असली शंभर वर्षे त्याच्या खिजगणतीतही नसावीत. प्रगट होऊन विश्वामित्र आपल्या शिष्यांना उपदेश करतो, अशी जर कुणाची कल्पना असेल, तर ती साफ खोटी आहे. तो स्वत: प्रगट होऊन मायावी इंद्रसभा अदृश्य करतो व या मिळालेल्या एकान्ताचा फायदा मेनकेला आपल्या परंपरेतील शिष्यीण करण्यात करून घेतो. आपले हजारो वर्षांचे शिष्य आपल्यावर उलटले, मग या चंचल अप्सरेचा काय नेम, ही शंकाच त्याला येत नाही. गंगेवर राग शांत करण्याकरता विश्वामित्र गेला की, मेनका लाजत येते व 'पुरुषांना मतांचा कैवार, तर बायकांना मुलाबाळांना कैवार; मग मंत्रोपदेश दिल्यावर त्यांनी माझे लाड का पुरवू नयेत?' (पृ. ५३) असे म्हणू लागते. मेनकेचे हे लाडच तिला पुढे मातृपदाच्या गप्पा मारावयाला लावतात. पण 'बायकांना मुलाबाळांचा कैवार' म्हणून लाडीगोडी करणारी अप्सरा मूल होताच स्वर्गात मंत्रांचा फैलाव करावयाला निघून जाते. त्या वेळी

तिचे हे बायकी तत्त्वज्ञान कुठे दडी मारून बसते कुणाला ठाऊक!

तिसऱ्या अंकात विश्वामित्र आपल्या गावी भावी गायत्री मंत्राची दीक्षा मेनकेला देण्याचे कबूल करतो, पण ती 'जे जे काही आपणांस ठावे, ते ते इतरांस शिकवावे' अशा मताची असल्यामुळे व 'मंत्रोपदेश देण्याचा अधिकार मातेशिवाय इतरांना नसतो' असे तिचे ठाम मत असल्यामुळे विश्वामित्र कात्रीत सापडतो; पण इथेही 'बायकांच्या टकळीपुढे पुरुषांना माघार घ्यावी लागते' (पृ.१७) असा त्याला अनुभव येतो व शेवटी मेनकेचे तोंड बंद करण्याचा रामबाण उपाय म्हणजे तिचे अर्धांगी म्हणून पाणिग्रहण करणे हाच आहे, हे त्याला पटते. मेनकेच्या अर्धांगीपणाच्या काळात आपल्याला एक मुलगी होणार, शकुंत पक्षी तिचे पालनपोषण करणार वगैरे गोष्टी मेनकेने सांगितल्यावरून त्याला माहीत झालेल्या असतातच! सामान्य बापाप्रमाणे मुलगा होईल की मुलगी होईल, ही उत्सुकताही त्याला नसते. अगर मुलगी झाल्याचे ऐकल्याबरोबर हुंड्याच्या भीतीने त्याच्या छातीत धडकीही भरत नाही! कारण हुंड्याची जबाबदारी शकुंत पक्ष्यावर किंवा कण्वावर आहे, हे त्याने ताडलेले असतेच.

नाट्यकथेच्या या रूपरेषेवरून काव्यमय नाट्यपूर्ण अथवा उद्‌बोधक अशा प्रसंगांच्या किरणांनी कथेचा विकास करण्याचे कौशल्य या नाटकात मुळीच दृष्टोत्पत्तीला येत नाही, असे म्हणावे लागते. जे प्रसंग सामान्य मनुष्यालाही सुचले असते, तेच नाटककारांनी घातले आहेत. मनोविकार रेखाटताना सृष्टी, परिस्थिती वातावरण वगैरे गोष्टींचा मुळीच उपयोग करून घेतलेला नाही. यामुळे फुले तर दूरच राहोत, पण फारशी पानेही नसलेल्या जीर्ण लतेप्रमाणे एकंदर नाटक वाटते. विश्वामित्र व मेनका ही दोन पात्रे या नाट्यमंदिराचे आधारस्तंभ होत; पण दोघांवरही मोहकपणाची वेलबुट्टी शपथेला देखील नाही. ती पहिल्यापासून शेवटपर्यंत रूक्ष तत्त्वज्ञानाची चर्चा करीत असतात व काही अपवादात्मक सुंदर स्थळे सोडल्यास त्या तत्त्वज्ञानाची गारुड्याच्या भारुडापेक्षा जास्त किंमत वाटत नाही. आपले तत्त्वज्ञानाचे सिद्धान्त लोकांच्या गळी उतरविण्याकरिता दाखल्यादाखल देवांना वेठीला धरण्याची खाडिलकरांना फार आवड आहे. पृ. १६वर स्त्रियांच्या सद्‌गुणांवर व्याख्यान झोडताना त्यांनी सरस्वती, महालक्ष्मी व पार्वती यांना मेनकेच्या शिष्यिणी बनविल्या आहेत. 'लक्ष्मी कसे नेसावे, कसे नटावे, कसे चमकावे, ते वारंवार पाहून शिकून जाते' अशी बढाई मिरवणाऱ्या या अप्सरेच्या विभ्रमाचा संबंध नाटकात पुढे कुठेही आलेला नाही. नाटककंपनीच्या श्रीमंतीमुळे नेसणे, नटणे, चमकणे प्रेक्षकांच्या प्रत्ययाला काय येईल, ते खरे पण नाटक नुसते वाचणाराला तिच्या अंगी काही

विशेष लावण्य अगर विभ्रम असेल, असे चुकून देखील वाटत नाही. खाडिलकरांचे हे तत्त्वज्ञान मोहक नसले, तरी विचाराला पटणारे आहे, असेही नाही. 'श्रीशंकराची अर्धांगी पार्वती माझ्या रोजच्या सहज चालण्यापासून नाचाचे मर्म शिकण्याकरिता नंदनवनात माझ्याच वाटेवर मुद्दाम म्हणून नेहमी उभी राहते' असेही मेनका सांगते. अप्सरांच्या नृत्यात सात्त्विकपणापेक्षा शृंगाराचा जास्ती भाग असणे शक्य नाही, हा मुद्दा जरी सोडून दिला तरी राजवाड्याबाहेर उभ्या राहणाऱ्या भिकारणीप्रमाणे पार्वती नंदनवनाच्या वाटेवरच का उभी राहते, हे कोडे उलगडत नाही. मेनकेच्या साध्या चालण्यापासून नृत्यकला अवगत होईल, असे जर तिला वाटत होते, तर मेनकेचे नृत्य पाहावयाला तिला कुणी प्रतिबंध केला होता? की बायकांनी नृत्य पाहणे हे देवलोकात पाप मानले जात होते? बरे, पार्वती हे नाचाचे मर्म शिकून करणार काय, तर 'जगाच्या संहाराचा कैफ अंगावर चढून तांडव नृत्यास श्रीशंकर ज्या वेळी सुरुवात करतात, त्या वेळी महामृत्यूचा तो नाच बेताल होऊन सृष्टीचा चुराडा नाहक होऊ नये, म्हणून श्रीशंकराला सावरून धरणार!' 'मेनका' नाटक होण्यापूर्वी प्रलयकालाच्या वेळी शंकर विश्वाचा संहार करतो, अशी आमची पौराणिक समजूत होती, पण या नाटकावरून पाहता यापुढे प्रलयाच्या वेळी सृष्टीचा चुराडा होण्याचा संभव नाही. कारण शंकराला आळा घालावयाला मेनकेपासून पार्वती नाचाचे मर्म शिकून आली आहे. इतक्या उपरही प्रलयकालच्या वेळी शंकराच्या अंगात संहाराचे वारे येईल, तर त्याच्यापुढे मेनका नाटकाचा एक प्रयोग करून दाखविला की काम होईल! अशी काही व्यवस्था झाल्यास बिचारा ब्रह्मदेव सर्वांचे आधी आभार मानील कारण दर कल्पान्तानंतर नवी सृष्टी निर्माण करण्याची त्याच्या मागची कटकट सहजच चुकेल!

अशाच मासल्याचे तत्त्वज्ञान प्रस्तुत नाटकात पदोपदी भरले आहे. त्यामुळे विश्वामित्र-मेनकेचे सर्व संवाद उत्क्रांतिशास्त्रावरील एखाद्या जाड्या पंडिताच्या व्याख्यानाइतकेच सुबोध व रंगतदार वाटतात. या संवादांत फारसा सहजपणा नाही, विषयसूत्राचा रम्यपणा नाही, अगर कल्पनेची चमक नाही. आता मृत्यूच्या सुखाचे पुराण, तर सेवेच्या सुखाचे पुराण! या दृष्टीने मात्र नाटकाला 'पौराणिक' हे विशेषण चांगलेच शोभते.

शंकरालाच जिथे फुले नाहीत, तिथे नंदीला काय मिळणार? मुख्य कथानकच चमत्कृतिशून्य असल्यामुळे त्याला पुस्तीदाखल जोडलेले उपकथानकही यथातथाच असणार, हे ओघानेच येते. उपकथानकाचा मुख्य कथानकाशी साम्यविरोध दाखवून नाट्यवस्तूकडे वाचकांचे लक्ष वेधून घेता येते व त्यातील पात्रांचा विनोदादाखल उपयोगही करून घेता येतो. खाडिलकरांची मेनका स्वर्गातून तीन

अप्सरा पाठराखणीकरिता घेऊन येते व त्यामुळे विश्वामित्रांच्या आश्रमात मुख्यत: तीनच बटू वावरताना दिसतात. हे सर्व बटू इतक्या लवकर त्या अप्सरांना भाळतात की त्यांनी हजारो वर्षे तपश्चर्या केली होती, ही गोष्ट त्यांच्या पांढऱ्या दाढीखेरीज दुसऱ्या कोणत्याही पुराव्याने पटत नाही. विश्वामित्राने काम जिंकला होता, पण त्या कामाने त्याच्या बटूंना जिंकले! या शिष्यांत कणखर मनाचा असा कुणी दिसतच नाही. मनुष्याची ओळख जशी मित्रावरून करतात तशी गुरूची शिष्यावरून होते, या कसोटीला विश्वामित्राला लावले, तर अप्सरांच्या नुसत्या नेत्रकटाक्षांनी वेड्या होणाऱ्या शिष्यांचा गुरू, एवढेच काय ते त्याचे माहात्म्य शिल्लक राहते. अप्सरांचा थोडासा सहवास होताच तोंडाने ब्रह्मज्ञानाचे मंत्र म्हणणारे हे शिष्य लाळ घोटू लागतात व त्यांचे तोंड सुटू नये, म्हणून आपल्या तोंडात मारून घेतात. त्यांच्यापैकी एक गुरुजींच्या मृगाजिनाऐवजी आपल्या प्रियकरणीच्या लुगड्यांचे पिळेच वाहण्यात धन्यता मानतो, तर दुसरा पोथ्यांऐवजी घागरीच वाहू लागतो. विश्वामित्राच्या आश्रमात निर्माण झालेला हा आचारी-पाणक्यांचा तांडा पाहून ही एखाद्या भावी लग्नाची तयारी असावी, असे स्वाभाविकच वाटते! या चंचल शिष्यांचे गुरुजी त्यांच्या या पूर्वतयारीला अनुसरूनच आपले वर्तन ठेवतात, हे सांगावयाला नकोच. शिष्यांचे हे त्रिकूट आपल्या प्रियकरणींच्या बरोबर स्वर्गात जाण्याकरिता कुत्रे व्हावे की बोकड व्हावे, याचा विचार करू लागते तेव्हा तर तपश्चर्येची थट्टा करण्याचा खाडिलकरांचा इरादा नाही ना, असा संशय मनात डोकावू लागतो. खाडिलकरांनी शिष्यांचे हे चरित्र रेखाटताना प्रचलित राजकारण आत आणले असो वा नसो, कुत्री होण्याची तपस्वी बटूंची ही महत्त्वाकांक्षा पाहून कलियुगात धर्म बुडाला, अशी हाकाटी करण्याचे आपले व्रत जुने लोकही सोडून देतील. सूर्याभोवती नक्षत्रमाला म्हणजे काही काजव्यांची मालिका नव्हे. विश्वामित्राच्या सहवासात हजारो वर्षे काढलेल्या बटूंनी लावणीतील एखाद्या रंगेल राघूप्रमाणे क्षणात उल्लू व्हावे, हे कितपत स्वाभाविक आहे? एक शिष्य निग्रही, दुसरा व्यवहारपटू, तर तिसरा चंचल अशी भिन्न स्वभावचित्रे खाडिलकरांनी रेखाटली असती, तर मेनकेतील शिष्यवरांचे हे प्रवेश अधिक सरस झाले असते. सद्य:स्थितीत इश्काचा प्याला झोकून उल्लू बनलेले पांढरे दाढीवाले हेच त्यांचे अथपासून इतिपर्यंत स्वरूप आहे.

खाडिलकरांच्या विनोदाला कोट्या व कल्पना यांचे जवळजवळ वावडे आहे. त्यांचे विनोदी प्रसंगही हास्यजनक विरोधापेक्षा धांगडधिंग्यावरच आधारलेले असतात. त्यांचे एखादे पात्र रंगभूमीवर लोळण घेऊन प्रेक्षकांच्या मुरकुंड्या वळविते, तर दुसरे लाडू फेकून त्यांना विनोदाची मेजवानी देते. रंगभूमीवर पीप डोक्यावर घेऊन नाचणारे पात्र आल्यावाचून हास्यरसाचा मुबलक पुरवठा करणे

शक्य नाही, हे त्यांनी 'विद्याहरणा'त दाखविलेच आहे. कुठे कपाळाच्या उलट्या कवटीचा आश्रय करून, तर कुठे लाथा मारण्याचा मार्मिक (लाथ उरावर बसल्यास मर्मभेदक) प्रसंग बोलून ते आपला विनोद साजरा करतात. त्यांच्या विनोदात कल्पकता फार कमी, निर्मळपणाही बेताचाच व स्वाभाविकपणा तर औषधाला मिळेल की नाही, याची शंका! या नाटकात प्रेक्षकांना त्यांनी विनोदाच्या घागरी व लुगडी बहाल केली आहेत. बटू अप्सरांचे पाय चेपीत आहेत, हा प्रसंग घालावयाला ते कसे विसरले, कोण जाणे.

'बाल : बायका पुरुषांत फारसे अंतर नाही.

वृद्धा : काही काही वेळेला मुळीच नसते.' (पृ. ३)

ही त्यांची कोटी वाचून ग्राम्यपणात व विनोदात फारसे अंतर नाही, असे त्यांचे ठाम मत असावे असे दिसते. त्यांची प्रचंड विनोदी कल्पना म्हटली म्हणजे अप्सरांच्या बुचड्याला बालमूर्तीने दहा-वीस कोळशांचा चेंडू म्हणणे ही होय. यासंबंधाने अधिक लिहिण्यापेक्षा कोळसा जितका उगाळावा तितके बरे, असे म्हणणेच इष्ट होईल.

उपरोध व उपहास यांवरच त्यांच्या विनोदाला बहुधा उपजीविका करावी लागते. प्रस्तुत नाटकात या दोन गोष्टींची लयलूट असून त्यामुळेच हे नाटक म्हणजे प्रचलित राजकारणावरले एक रूपक आहे, असे मानण्याकडे पुष्कळांची प्रवृत्ती होते. नाटकातील कथानक अगर विषय यांना पूर्णपणे पोषक असा विनोद निर्माण न करता आल्यामुळे नाटकाच्या वेळी आपणांला अप्रिय असलेल्या विषयाची थट्टा करून घेण्याची ते संधी साधतात, असाही कित्येकांचा त्यांच्यावर आक्षेप आहे.

नाटकाला वेदान्त देखील चालत असल्यामुळे राजकारणाच्या उलाढाली रंगभूमीला सहन होत नाहीत, असे काही म्हणता यावयाचे नाही. ज्यात त्रिगुणात्मक मानवी स्वभाव उत्तम रीतीने प्रतिबिंबित झाला आहे, ती गोष्ट सहजच नाट्यवस्तू होऊ शकते आणि राजकारणात 'शठं प्रति सत्यं' या तत्त्वापासून 'शतं प्रति लाठ्यं' या तत्त्वापर्यंत सर्व तत्त्वांचे पुरस्कर्ते असल्यामुळे त्यात स्वाभाविकच वैचित्र्य येते. खाडिलकरांच्या नाटकांच्या बाबतीत मात्र त्यांचे राजकारण नेहमी प्रच्छन्न असते, हे ध्यानात ठेवले पाहिजे. सद्य:स्थितीदर्शक नाटक लिहून त्यांनी राजकारणाचा ऊहापोह केला आहे, असे कधीच घडले नाही. उलट 'लेकी बोले सुने लागे' या न्यायाचा अवलंब करून एका पौराणिक नाटकाच्या धोंड्याने ते नाटक व राजकारण असे दोन पक्षी पाडतात, असा त्यांचा लौकिक आहे. धोंड्याने पडणारे पक्षी गरुड किंवा राजहंस असण्याचा संभव फार कमी असतो, हे स्वाभाविकच आहे; पण दोन्ही घरचा पाहुणा उपाशी राहावा, त्याप्रमाणे

नाटकापरी नाटक चांगले साधले नाही व राजकारणापरी राजकारण रंगले नाही, असेही अनेकदा प्रेक्षकांना वाटू लागते. रसिकांची मनोवृत्ती तल्लीन करून भूतकालीन वर्तमानकाल दाखविणे ही एक कला आहे व तिचा कुणी यशस्वी रीतीने उपयोग केला, तर हे इष्टच आहे; पण धडधडीत कलाविपर्यास करून, पुराणांतरी वर्णन केलेले स्वभाव अजिबात बदलून अगर मन:पूतं समाचरेत् असा धांगडधिंगा मूळ कथानकात घालून ओझरते राजकारण दाखविणे म्हणजेच कोकिळेचा गळा दाबून गाण्यापेक्षा तिच्या मांसाकडे व एक वेळ तरी ती पोटातील आग शमवील की नाही, या विचाराकडे लक्ष देण्यासारखे आहे. खाडिलकर हे प्रतिभासंपन्न व कलाभिज्ञ नाटककार आहेत. आपले राजकारणाचे तुणतुणे नाटकांच्या वीणेत कुठे बेरंग करील, त्याचे बेसूर रसिकांच्या मनाला कुठे धक्का देतील, हे त्यांना समजत नाही, असे होणेच शक्य नाही. त्यांच्या 'बायकांचे बंड' या पहिल्या पौराणिक नाटकात 'बंड' हा राजकारणाशी येणारा एकच शब्द आहे. त्यानंतरचे पौराणिक नाटक 'कीचकवध' हे होय. 'कीचकवधा'त पौराणिक राजकारण असल्यामुळे कीचकवधाच्या जन्माच्या वेळच्या प्रक्षुब्ध राजकारणाचे प्रतिबिंब त्यात थाटणे खाडिलकरांना सोपे गेले. तथापि खाडिलकरांच्या नाटकाचा आत्मा राजकारण हा असतो, अशी प्रेक्षकांची कायमची समजूत व्हावयाला 'कीचकवध' नाटकापेक्षा ते राजद्रोही ठरवून सरकारने त्याला केलेली बंदी हेच मुख्य कारण झाले. ज्या नाटकावर राजद्रोहाचा आरोप आला, त्यात काहीतरी ज्वलज्जहाल राजकारण असलेच पाहिजे, असे सर्वांनीच गृहीत धरले व तेव्हापासून खाडिलकरांच्या नाटकातील प्रतिभेपेक्षा राजकारणाचीच वाखाणणी करण्याचा पायंडा पडला. 'द्रौपदी' नाटक रंगभूमीवर आले, त्या वेळी असहकारितेची चळवळ जोरात असून गांधी, नेहरू, केळकर व खाडिलकर हे एकाच देवतेचे भक्त होते. राष्ट्रीय म्हटल्या जाणाऱ्या पक्षात त्या वेळेपर्यंत फाटाफूट झालेली नसल्यामुळे 'कीचकवधा'पासून 'द्रौपदी' पर्यंतच्या सर्व नाटकांतील राजकारण सरकारला कोरडे व मवाळांना चिमटे अशा रीतीचे आहे, असे मानण्याचा प्रघात पडून गेला होता. पण असहकारितेच्या उत्तरार्धात राष्ट्रीय पक्षाची दोन शकले होऊन तोंडे एकमेकाला जुळत नाहीत, अशा स्थितीत ती पडल्यामुळे 'मेनके'त बिचाऱ्या मवाळांचा काही संबंध नसून फेरवाल्या जहालांचेच राजकारण खाडिलकरांनी रंगविले आहे, असा समज फैलावला आहे व त्यावर वादविवादही चालू आहेत. विश्वामित्र-मेनका यांचे कथानक कोणत्याही विशिष्ट राजकारणापेक्षा मनुष्यस्वभावाशीच जास्ती निगडित आहे. खाडिलकरांव्यतिरिक्त जर दुसऱ्या कोणी हे नाटक रंगविले असते, तर त्यात राजकारण आहे, असे मानावयाला लोक सहज तयार झाले नसते. पण 'यत्र यत्र धूम: तत्र तत्र वन्हि:' या न्यायाने जिथे जिथे खाडिलकर

आहेत तिथे तिथे राजकारण हे असलेच पाहिजे, अशी लोकांची ठाम समजूत होऊन बसली आहे.

खाडिलकर या समजुतीपासून अलिप्त असते, तर लोकांची ही शुष्क चर्चा बाजारात तुरी आणि भट भटणीला मारी, अशाच मासल्याची झाली असती. पण 'केसरी'च्या संपादकीय खुर्चीवर बसल्यामुळे जे राजकारण त्यांच्या अंगात मुरले आहे, ते प्रगट करण्याची संधी तेही सहसा दवडीत नाहीत. राजकारण हे पाण्यासारखे असते व त्याला आपला रंग विचारल्यास 'जिसमें मिलावे वैसा' असेच उत्तर ते देईल, असे त्यांना वाटत असावे. शिवाय 'मेनका' नाटकात राजकारण घुसडण्याला त्यांना आणखीही एक आधार मिळाला असावा. तो आधार म्हणजे मेनका ही स्वर्गातली वारांगना व राजकारण तर बोलून चालून 'वारांगनेव नृपनीतिरनेकरूपा' या चरणावर नेहमीच उभे असते. मेनकेत स्पष्टपणाने भासमान होणाऱ्या ज्या राजकारणाच्या छटा आहेत, त्या मायावी इंद्रसभेचा प्रवेश व त्यापुढील प्रवेश यातील बटु-अप्सरांच्या संवादांत आढळतात. या छटा म्हणजे एका अर्थाने आपल्या राजकारणातील प्रतिस्पर्ध्यावर उडविलेले शिंतोडेच होत. सर्व कथानकावर राजकारणाचे सुरेख रूपक जर असते, तर हे शिंतोडेही चंद्रावरील डागाप्रमाणे शोभून गेले असते. पण विश्वामित्राला गांधीजी मानले काय अगर लोकमान्य मानले काय, त्याच्या चरित्राला राजकारणाचा रंग चढविता येईल, असे फारसे काही नाहीच. विश्वामित्र नवी सृष्टी निर्माण करण्याच्या नादात असतो, पण मेनका त्याला 'विधात्याच्या कार्या'ला जुंपते. गांधीजींचा असहकारितेचा हा एक नवी सृष्टी निर्माण करण्याचाच प्रयत्न होता. तो सपशेल फसला व नोकरशाहीरूपी मेनकेला त्यांना जवळ करावे लागले, हेच गांधीभक्त खाडिलकरांना दाखवावयाचे होते काय? विश्वामित्र म्हणजे मूर्तिमंत क्रोधाचा अवतार व गांधीजी म्हणजे मूर्तिमंत शांतिब्रह्म! तेव्हा विश्वामित्रांचा गांधीजींशी काही संबंध नाही, असे खाडिलकर म्हणतील. ते कबूल करून लोकमान्यांच्या राजकारणाचे कोणते बोल या नाटकरूपी प्लँचेटमधून बाहेर येतात ते पाहिले, तर त्या बाजूनेही निराशाच होते. विश्वामित्र तपश्चर्येकरिता अंतर्धान पावल्याची स्थिती म्हणजे लोकमान्यांचा मंडालेचा तुरुंगवास, असे मानता येईल. पण गुरुजींच्या पश्चात त्यांच्या शिष्यांनी केलेल्या लीलांचे जे खाडिलकरांनी वर्णन केले आहे, त्यांपैकी कोणते त्यांना स्वत:ला लागू पडते, हे कळल्याशिवाय या राजकारणाचे स्वारस्य लोकांना काय समजणार? ते लोकमान्यांचे सर्वांत जुने शिष्य म्हणून त्यांना वृद्धानंद मानायचे की ज्वलज्जहाल लेख लिहिल्याबद्दल त्यांना ज्वालामुखी समजायचे की लोकमान्य तुरुंगातली तपश्चर्या करीत असताना 'तेव्हा म्हणायचे झाले, 'शालू नेसत असताना तो अधिक शोभत होता', हे

'मानापमाना'तले वाक्य लिहिण्यात ते दंग झाले होते, म्हणून त्यांना बालमूर्तीच्या जागी बसवायचे? रूपकाचा भस्मासूर निर्माण करणे सोपे आहे पण तो आपल्या जनकाच्या डोक्यावरही हात ठेवायला कचरत नाही, हे खाडिलकरांनी विसरू नये.

राजकारणाच्या रूपकाचा प्रश्न नाटकातील हेतूसारखाच असतो. मनी वसे ते स्वप्नी दिसे, हे जितके खरे तितकेच मनी वसे ते जनी दिसे, हेही खरे आहे. आपल्या श्रीमंत मालकाच्या कन्येवर प्रेम करणारा एखादा कुलीन, बुद्धिवान पण निर्धन तरुण 'मूकनायक' नाटक पाहून ते मद्यपाननिषेधापेक्षा 'वैभवापेक्षा प्रेमाकडेच पाहून लग्ने व्हावीत' या तत्त्वाच्या मंडनार्थच लिहिले गेले आहे, असे म्हणेल. 'मतिविकार' वाचून मनोहराच्या उदात्त चरिताचाच ज्याच्या मनावर अतिशय परिणाम झाला आहे, तो नाटकाचा विषय पुनर्विवाह नसून खऱ्या समाजसेवकाचे चित्र रंगविण्याचा आहे, असेच प्रतिपादन करील. 'शाकुंतल' नाटक आनंदपर्यवसायी आहे म्हणून कालिदासाला प्रेमविवाहाचा पुरस्कर्ता मानणारे जसे आढळतात, तसे शकुंतलेला मध्यंतरी भोगावे लागलेले हाल लक्षात घेऊन वडिलांच्या संमतीवाचून लग्न केले असता होणारे दुष्परिणाम रंगविणारा नाटककार मानणारेही हरीचे लाल सापडतात. मनुष्याच्या मनाची ठेवणच अशी आहे की, प्रतिकूलाला देखील अनुकूलाचे स्वरूप देण्याची ते नेहमी खटपट करीत असते. यामुळे नाटकात संदिग्ध रीतीने चित्रित केलेल्या राजकारणाची स्थिती ना पशू ना पक्षी अशी वटवाघुळासारखी होते. आंधळ्या माणसांनी स्पर्शज्ञानाने हत्तीविषयी जी अनुमाने बांधली, त्याच लायकीचे तर्क सामान्य वाचक नाटकातले राजकारण चाचपडून पाहून करणार. एखाद्या राजकीय तत्त्वाचे परिणामकारक विवरण जर नाटककाराला करावयाचे असेल, तर वेदकालीन कथानकापेक्षा जितकी अलीकडची कथानके तो घेईल व मुख्य विषयसूत्र राजकारणाशी जितके सुसंबद्ध असेल, तितके ते नाटक अधिक चांगले होईल. अर्धवट रूपके अर्धवट माणसाइतकीच प्रेक्षकांवर छाप बसविणार! राजकारणाचा प्रवाह नाट्यकथानकाच्या गंगेत आणून सोडल्यानंतर या प्रवेशात मुळीच राजकारण नाही, असली फर्माने सोडण्याचा अधिकार नाटककाराला मुळीच राहत नाही. रूपक सुसंबद्ध असेल, तर ते सूत नाही तर भूत, अशी स्थिती होते.

या ठिकाणी एवढे मात्र कोणीही आनंदाने कबूल करील की, प्रचलित राजकारणाचे पौराणिक कथेशी असलेले साम्यविरोध खाडिलकरांच्या इतक्या शीघ्रतेने, सूक्ष्मतेने व उत्कटतेने दुसऱ्या कोणाही लेखकाला जाणता येत नाहीत. ही दृष्टी त्यांना सतत अभ्यासाने प्राप्त झाली असो अगर त्यांची भानुमती म्हणते, त्याप्रमाणे 'उत्कट झालेल्या मनोविकारांची छाप सर्व आवडत्यांवर पडत

असते', हे खरे असो; पण वर्तमानकाल भूतकालात दाखविण्याची तारेवरली कसरत ते फार सफाईदार करतात, यात शंका नाही. 'मेनके'तील मायावी इंद्रसभेच्या प्रवेशात त्यांचे हे कौशल्य चांगल्या रीतीने प्रगट झाले आहे. उसाला संवेदना असल्यास (व डॉ. बोसांच्या नियमाप्रमाणे ती असलीही पाहिजे.) त्याचा चावा घेणाऱ्याला कितीही जरी आनंद होत असला, तरी त्याला दु:खच होणार! याच न्यायाने बटूच्या मिषाने ज्यांची खाडिलकरांनी थट्टा केली आहे, त्यांना त्या उपहासातील कौशल्य कळण्यापेक्षा दातच अधिक लागणार, हे उघड आहे. खाडिलकरांचे हे कौशल्य निर्दोष असते, असे नाही. पाळलेले कुत्रे जसे गमतीने धन्याचा हात तोंडात धरते, त्यासारखा विनोदाचा चावा असावा, हे ते सहसा लक्षात ठेवीत नाहीत. कोकराला पकडणाऱ्या लांडग्यासारखे त्यांच्या उपहासाचे दात चटकन प्रतिपक्षाच्या मानेत जाऊन रुततात. काव्याच्या विडंबनात कवीचे विडंबन ही जशी अक्षम्य चूक आहे, त्याप्रमाणे तत्त्वाच्या थट्टेत व्यक्तीची थट्टा हाही एक अन्यायच आहे. खाडिलकरांसारख्या नाट्याचार्याला तर तो मुळीच शोभत नाही.

मेनका ही इंद्रसभेतील प्रमुख अप्सरा असल्यामुळे तिची सर्वच भाषणे संगीतात घातली असती, तरी ते अनुचित दिसले नसते. पण या जगात सुख जवापाडे असून दु:ख जसे पर्वताएवढे असते, त्याप्रमाणे कोणत्याही संगीत नाटकात पद्य जपानाएवढे, तर गद्य रशियाएवढे असावे लागते. संगीत नाटकांकडे वळण्यापूर्वी खाडिलकरांनी पाच गद्य नाटके लिहिली असून ती सर्वच वरच्या दर्जाची होती. (स्वत: त्यांनीच 'पंचशेरें गद्यवरें' असे त्यांचे वर्णन केले आहे. 'आत्मन्यप्रत्ययंचेत:' असे शाकुंतलाच्या आरंभी म्हणणारा कालिदास विक्रमाच्या वेळचा! पंचम जॉर्जाच्या वेळच्या खाडिलकरांनी त्या वेळेपेक्षा जग किती पुढे गेले आहे, हे 'पंचशेरे' हे पद्य लिहून दाखविले.) त्यांचे गद्य प्रथमपासूनच ओजस्वी, भव्य व डौलदार आहे; पण लग्न झाल्यानंतर देशसेवेच्या गर्जना ज्याप्रमाणे मंदावतात, त्याप्रमाणे धैर्यधर व भामिनीचे लग्न त्यांनी लावल्यापासून त्यांचे गद्यही किंचित मलिन झाल्यासारखे दिसते. त्यांच्या मनोवृत्ती संगीताकडे खेचल्या गेल्याबरोबर वाचकांचे बाहू स्फुरविण्याचे व हृदय उचंबळविण्याचे त्यांच्या गद्यातील सामर्थ्य कमी झाले. याचे मुख्य कारण संगीत नाटकाचे विषय सामान्यत: गद्याला पोषक अशा स्वरूपाचे नसतात, पण संगीत ही नाटक लोकप्रिय करण्याची एक युक्ती आहे. खादीची टोपी डोक्यावर घातल्यास देशभक्त म्हणून मान मिळेल, पण तेवढ्याने खरी समाजसेवा जशी होत नाही, त्याप्रमाणे संगीताने नाटक लोकप्रिय होऊ शकते, पण ते वाङ्मयात अमर होणे शक्य नाही. खाडिलकरांसारख्या गद्यप्रभूची नाटके पद्यविरहित वाचली, तरी (सध्याही

बऱ्याच पद्यांचा अर्थ लागत नसल्यामुळे ती तशीच वाचावी लागतात.) वाङ्मयदृष्ट्या संपन्न व भरदार वाटली पाहिजेत; पण त्यांच्या संगीत नाटकांपैकी 'विद्याहरण' वगळल्यास बाकी सर्व गद्य दृष्टीने फिकी वाटतात. त्यांचे संगीताचे कुंकू पुसले गेले की, त्यांचे लोकप्रियतेचे सौभाग्य टिकणे शक्य नाही. 'स्वयंवर' हे त्यांचे नाटक दहा वर्षे झाली, तरी अद्यापि रंगभूमीवर लोकप्रिय आहे व रुक्मिणीच्या खऱ्या स्वयंवराला जितके राजे जमले नसतील, तितके लोक त्यांच्या प्रत्येक प्रयोगाला अहमहमिकेने धावतात. पण रुक्मिणीच्या स्वयंवराचा गद्य प्रयोग जर होईल, तर त्याला एखाद्या शारदेच्या लग्नाइतकी तरी गर्दी होईल की नाही, याची शंका आहे.

अनुकूल विषय आणि बालगंधर्वांकरता नायिकाप्रधान नाटक लिहावे लागणे या दोन ढगांआड त्यांची गद्याची वीज स्वस्थ पडून राहिली आहे. परंतु सूर्याला ग्रहण लागले, तरी साधारण दिसण्यापुरता प्रकाश तो जसा देत असतो, त्याप्रमाणे संगीत नाटकातही खाडिलकरांच्या प्रभावशाली गद्याची चुणूक मधूनमधून दृष्टीला पडते. पृ. ५०, ५१वरील विश्वामित्राच्या भाषणात रसरशीतपणा, पृ. ६९वरील मेनकेच्या मातृपदमाहात्म्यात वक्तृत्वपूर्ण तेज व विश्वामित्र-मेनका यांच्या तात्त्विक संवादात अखंड ओघ हे त्यांचे गुण चांगलेच प्रत्ययाला येतात. चतुर संवादांना लागणारी कल्पकता त्यांच्या अंगी विशेषशी नसल्यामुळे त्यांचे सामान्य संवाद फारसे आकर्षक होत नाहीत. पण एखाद्या मंद दिसणाऱ्या मनुष्याच्या डोळ्यांत मधूनच पाणी चमकावे, त्याप्रमाणे 'मेनके'तले वर उल्लेखिलेले गद्यभाग वाटतात. पण या डोळ्याच्या पाऱ्याबरोबरच त्या चेहऱ्याला लागलेल्या गालबोटाचाही उल्लेख केला पाहिजे. 'एकदम जाळून टाकावे - जलदीने मला जाळून टाकावे - या दासीला जाळून टाकावे' अशी जी वाक्यांची पुनरुक्ती मेनकेच्या भाषणात वारंवार आढळते, त्याचे कारण बालगंधर्वांच्या भाषणात ती लकब आहे, असेच म्हणावे लागेल. गंधर्व मेनका झाले, तरी अप्सरेने गंधर्वाच्या कलानेच बोलले पाहिजे, हा स्वर्गातील नियम खाडिलकरांनी कसा मोडावा? 'बायकांच्या सृष्टीला जर विधाता संतुष्ट असता' (पृ. १४) हे वाक्य विश्वामित्राच्या नव्या सृष्टीतच शोभले असते. जुंपणे शब्दाचा जोडणे असा जरी अर्थ असला, तरी तो जू शब्दापासून झाला असल्यामुळे 'आपली तपश्चर्या विधात्याला कार्याला जुंपण्याच्या' या प्रयोगात तो अतिशय ओबडधोबड व ग्राम्य दिसतो. 'परमेश्वरही मृत्युलोकाच्या याच **राबण्याच्या सुखासाठी** अवतार घेत असतो.' (पृ. २४) सेवेची कोमल कल्पना राबण्यासारख्या राकट शब्दाने व्यक्त केली असल्यामुळे कशीशीच भासते. मेनकेच्या अनेक भाषणांत असावे तितके माधुर्य नसल्यामुळे ती वठावी तितकी मोहक वठली नाहीत, याचे वरील वाक्य हे एक उदाहरण आहे. (पृ.२८) **वर 'अप्सरा'** हा बायकी शब्द विश्वामित्राच्या तोंडी घातला

आहे. लगेच पुढे 'झऱ्याजवळचा खडक तुला ठेचाळणार नाही' असे विश्वामित्र म्हणतो. ठेचाळणे म्हणजे ठेच लागणे. या अकर्मक क्रियापदाला विश्वामित्राने सदय होऊन सकर्मक केल्याचा भास हे वाक्य वाचताना होतो. 'गुरुजींच्या तपश्चर्येला सर्वांना **आग लावून देणाऱ्या शस्त्रास्त्रांची फळे** लागतील' (पृष्ठ ४७) या वाक्यातील विरोध मौजेचा नसून विचित्र आहे. तरवारीचे पाणी पाजणारे वीर इतिहासात प्रसिद्ध आहेत, पण शस्त्रास्त्रांची फळे शोधून काढणारा पहिला वनस्पतिशास्त्रज्ञ वृद्धानंदच ठरेल. 'आपल्याइतके **ब्रह्मचर्यव्रत कडकडीत पाळण्याहून**' (पृष्ठ ३२), **'केसाने गळा इंद्राने आमचा कापला' (पृ. ५८),** इत्यादी ठिकाणी शब्दांची विनाकारण उलटापालट केली आहे. 'कडकडीत' हा शब्द ब्रह्मचर्यव्रताच्या मागे ठेवला असता, तर व्याकरणदृष्ट्या त्याच्यातील 'क्रिया' कमी झाली असती, पण अर्थाची क्रिया इष्ट रीतीने पार पडली असती. दुसऱ्या वाक्यात तर ऋषींच्या तपश्चर्येचा भंग करण्याकरिता अप्सरांना त्यांच्या आश्रमात घुसडणारा इंद्र स्वत:च मध्ये घुसल्यासारखा वाटतो. शब्दपरिवर्तनाला लागणारा आवेश अगर अन्य कोणतेही कारण या ठिकाणी दिसत नाही. ईश्वर जर जगात धरणीकंप करतो, तर शब्दसृष्टीच्या ईश्वरांनी वाक्यात ते का करू नयेत, हेच सदरहू अदलाबदलीचे समर्थन असावे. 'पुरुषांना मतांचा कैवार; **तर बायकांना मुलाबाळांचा कैवार**' (पृ ५४) या वाक्यात दुसऱ्या कैवाराचा काय अर्थ आहे, ते मेनकेलाच माहीत! कैवार म्हणजे साह्य अगर पक्ष उचलणे. पुरुष मतांसाठी मरतील, तर बायका मुलाबाळांसाठी प्राण सोडतील, हे मेनकेला सांगावयाचे आहे; पण ती शब्द मात्र कैवार हा घालते. घरी बाप मुलावर रागावला, तर आई त्याची बाजू घेते या दृष्टीनेच काय तो या वाक्याचा अर्थ लागेल. कैवार शब्दाचा अर्थ कंपासाने काढलेले वर्तुळ असाही आहे. बायका मुलाबाळांच्या वर्तुळातच नेहमी गुरफटलेल्या असतात, हे तर वरील वाक्याने कवींना दाखवायचे नव्हते ना?

खाडिलकर गद्याचे प्रभू असले, तरी पद्याचे दास आहेत व नाइल नदीप्रमाणे भव्य पात्र असणाऱ्या गद्याच्या शेजारी त्यांचे पद्य सहारा वाळवंटातल्या एखाद्या भागासारखे भासते. नव्या चाली उपयुक्त व हितकारक असतात, हे निदान नाटकापुरते तरी रा. खाडिलकरांना पटले आहे. (व्यवहारात ते जुन्या चालींचे भक्त असून नव्या चालींना चिमटा काढण्याची संधी सहसा वाया जाऊ देत नाहीत. याचे उदाहरण खुद्द 'मेनका' नाटकातही सापडेल. मदनिकेच्या मिषाने पृ. ३५वर मिशा काढण्याच्या चालीवर 'येत शरण नर, हीच प्रार्थना स्त्रीसम मुख मम' असे तोंडसुख त्यांनी घेतले आहे.) जीवित हे एक नाटक असल्यामुळे त्यातही नाटकाप्रमाणे हरहमेश नव्या चाली उत्पन्न व्हावयाच्याच, हे मात्र अजून

त्यांना पटत नाही. नाटकात काय अगर समाजात काय, नवीन चांगल्या चाली अवश्य घातल्या गेल्या पाहिजेत, अशा मताचा प्रस्तुत लेखक असल्यामुळे 'मेनके'तील चालींबद्दल त्यांची काहीच तक्रार नाही. पण दुर्दैवाने चालींचे नावीन्य व माधुर्य हाच काय तो खाडिलकरांच्या पद्यांचा मुख्य गुण आहे. एखाद्या स्त्रीची चाल मोहक असली, म्हणून तिचे मुख सुंदर असेलच अगर ती सद्गुणमंजिरी असेलच, असे जसे निश्चयाने सांगता येत नाही, तसेच 'मेनके'तील चालींचे आहे. ४७ पदे व २ श्लोक इतके संगीत असलेल्या या नाटकात चांगल्या चालींचा सुकाळ आहे, पण सुंदर व अर्थानुकूल शब्दरचना आणि रमणीय कल्पना यांचा मात्र दुष्काळ आहे. दगडापेक्षा वीट मऊ, या नात्याने यांच्या मागील नाटकापेक्षा यातील पदे सुबोध झाली आहेत, हे खरे; पण काव्यरसपिपासूंना दगड काय आणि वीट काय, सारखीच! फायदा इतकाच की, दगडाप्रमाणे विटेने दात पडणार नाहीत. पहिल्याच पदात 'तळमळग्रस्त' शब्दाने त्यांनी सरस्वतीला सलामी दिली आहे. 'संयोग ऱ्हस्वास गुरुत्व देतो' हे त्यांना राजकारणात अनुभवाने माहीत असले, तरी काव्यकारणात पटत नाही, असे दिसते. पहिल्या पदातील 'जननीसम त्यागपूर्ण त्रिभुवनात नाही अन्य' हे चरण स्वतंत्र रीतीने सुंदर वाटतात, पण नाटककर्त्यांनी ते नाट्यवस्तुसूचक म्हणून लिहिले असावेत, असे दिसते. तसे असेल, तर त्यांचा अर्थ निराळ्याच रीतीने लावावा लागेल. माता मुलांसाठी वाटेल तो त्याग करते व म्हणून तिला 'त्यागपूर्ण' म्हणावयाचे, पण 'मेनके'तील नायिका इतकी त्यागपूर्ण आहे की, ज्याच्यासाठी सर्वस्वाचा त्याग करावयाचा, त्या अपत्याचाच ती त्याग करते. तिसऱ्या पदात '**हिमधवला** धरि **तिमिर** शिरी' असे अप्सरेचे वर्णन केले आहे. 'हिम' व 'तिमिर' यांचा विरोध फक्त रंगापुरता असल्यामुळे चमत्कृतिहीन वाटतो. 'शशिवदना' अधिक योग्य झाले असते. पाचव्या पद्यात **'नवलतिकेला नवनव शोभाही आता। फळाफुलांना लुसलुशिता'** असे अप्सरा नेत्रकटाक्षाने निर्माण करीत असलेल्या वनश्रीचे वर्णन केले आहे. पहिल्या चरणातील 'नव' चा त्रिवार उच्चार अप्सरांची प्रतिज्ञा दाखविण्यासाठीच केला असावा. दुसऱ्या चरणात 'लुसलुशित' या विशेषणाचे 'ता' प्रत्यय लावून पतिपरावर्तन केले आहे. लुसलुशितपणा म्हणजे काव्याच्या भाषेत लुसलुशिता! हे पद्य वाचून स्वयंपाकघरात करंजी खात बसणाऱ्या एखाद्या बालकवीलाही स्फूर्ती होऊन तो 'येइ करंज्या खुसखुशिता' असे गाऊ लागावयाचा! सहाव्या पद्यात 'रसना रसरसली मोहिता' अशा थाटाने तोंडाला पाणी सुटले, हे सांगितले आहे. रसरसणे म्हणजे रसाने भरलेले असणे अगर तापणे. यांतला दुसरा अर्थ तर इथे संभवनीय नाहीच; पहिला लावावा, तर जीभ रसाने भरून गेली, असा अर्थ होतो. संदर्भ पाहिला,

तर तोंडाला पाणी सुटले, असा अर्थ पाहिजे; पण चालीत रसरसली हाच शब्द ठाकठीक बसला, त्याला कवी तरी काय करणार? 'सुन सुखी सुन सुखी' अशी वर चाल असली की 'सुख सदा सुख सदा' (पद्य २८) असे लिहावयाचे, हे त्यांचे काम. धन्याचे शब्द ऐकून पोपट बोलतो व चालीचे शब्द ऐकून नाटककार पदे लिहितात! कुठली पोपटपंची अधिक चांगली, हे सांगणे फार कठीण आहे. **'मलमय दर्शन'** (पृ.३) 'ही तनमन **लुबाडित** अबला' पृ.८ (लुबाडणे म्हणजे लुटणे किंवा नागविणे. धन लुबाडता येते. मन हरण करून नेता येईल, पण तनमन लुटता कसे येईल? बाकी काव्यरसाच्या नकारात धन काय, मन काय आणि तन काय, तिन्ही सारखीच! 'सहज मदन **दमवी**' (जिंकतो या अर्थी) नरगणा (पृ. ८), 'नंदनवन विटले' (पृ. १०) नंदनवनाला विटले हा भावार्थ, 'फोल पाला' (पृ. ३०), 'आरामाला कवळा' (पृ. ४१), **'मरणचि शिकवणुकेसि** ठरला' (पृ. ४९), (विश्वामित्राच्या आश्रमात इंग्रजीचे अध्ययन फार होत असून मातृभाषेची उपेक्षा होत असावी, असे दिसते. मेनकेने मातेची महती खूप गायिली आहे पण -) 'क्रोध काम हे काटे **उपटुनि**' (पृ. ६७), 'मातृपदी तनु मम बसवा' (पृ. ६८) इत्यादी स्थळे पाहिली की नादमाधुर्य व अर्थसौंदर्य यांचे सहज लीलेने खून करण्याचे हे सामर्थ्य दुसऱ्या कोणत्याही पद्यकारात नाही, हे कबूल करावेच लागेल. पन्नाशीच्या घरात आलेल्या पद्यात सरस, सुंदर व रमणीय अशी एकही काव्यकल्पना नाही, असे दुःखाने म्हणावे लागते. काही पदांत विशेष अर्थ नसला, तरी आहे तो सहज लागण्यासारखा आहे व काही पदांत गद्यात सांगितलेले तत्त्वज्ञानच सुबोध रीतीने गुंफले आहे. एवढेच काय ते मेनकेतील पद्यात गुण आहेत.

घरात तान्ह्या मुलाला घालायलाच दूध नसल्यामुळे भात खाण्याचे वय झालेल्यांना ते कुठून मिळणार? याच हिशेबाने 'मेनके'तील पद्यातच जिथे काव्यमय कल्पनांचा दुष्काळ आहे, तिथे गद्याची त्या दृष्टीने पाहणी करण्यात तरी काय अर्थ आहे? काव्यमय अगर विनोदी सुभाषितांच्या दृष्टीने खाडिलकरांचे नाटक चाळणे व मोत्यांच्या आशेने नदीच्या डोहात बुड्या मारणे या गोष्टी सारख्याच फलप्रद आहेत. मात्र तत्त्वज्ञानाकडे त्यांचा फार ओढा असल्यामुळे सूत्रमय सिद्धान्त ते चटकदार भाषेने मांडतात अगर विचाराला चालना देणारी तत्त्वे वाचकांपुढे सजवून ठेवतात. या दृष्टीने 'मेनके'तील कित्येक स्थळे आकर्षक व उद्बोधक आहेत.

'विरह नसताना जी सेवा करायची, तीच सेवा विरहातही सतत करीत राहणे हाच मृत्यूवर मुख्य उपाय आहे' (पृ.१८) 'मनोभावे राबणे (सेवा करणे) हाच पृथ्वीवरचा स्वर्ग!' (पृ. २४) 'क्रोधाने ग्रासलेली बुद्धी खऱ्या सेवेच्या प्रेमानेच प्रेमळ

होते.’ (पृ. ४६) ‘बुद्धीच्या तेजाने जगाचे कल्याण करण्याचा परोपकार पुरुषांचा, तर सेवेत सुख पाहायला शिकविण्याची हौस बायकांची.’ (पृ. ५३) ‘सत्याचे अधिष्ठान मातृपद आहे.’ (पृ. ६९) ‘स्त्रियांच्या मातृपदापुढे पुरुषांचा पुरुषार्थ नेहमी फिक्का पडणारा आहे, यात संशय नाही.’ (पृ. ७०)

खाडिलकरांच्या विषयी मला वाटणाऱ्या आदराला अभिमानाचीही जोड आहे. मराठी नाट्यवाङ्मयाला संपन्न करणारे प्रभावशाली नाटककार म्हणून अखिल महाराष्ट्रीयांप्रमाणे त्यांच्याविषयी मला निःसीम आदर वाटतोच, पण देवल व खाडिलकर हे दोन मोठे नाटककार सांगलीने महाराष्ट्राला दिले, असा जो सांगलीला यथार्थ अभिमान वाटतो, त्यातही भागीदार होण्याचे भाग्य मला लाभले आहे. खाडिलकरांसारख्या ग्रंथकारावर टीका करण्याची माझी योग्यता नाही, हे मी जाणून आहे; पण ‘सत्याचे अधिष्ठान मातृपद आहे’, हा मेनकेचा सिद्धान्त वाचून मला लेखणी उचलण्याचे धाडस करावेसे वाटले.

वीर व तत्सम रस रंगविण्यात खाडिलकरांचा हातखंडा आहे. मुग्ध शृंगारही ते सुंदर रीतीने खुलवितात. ओजस्वी भाषा हा तर केवळ त्यांचा हातचा मळ आहे! उदात्त ध्येयाची नाटके लिहिणे हेच त्यांचे ध्येय आहे. पुरुषार्थाचे, पराक्रमाचे, देशाच्या पायी प्राण वाहण्याचे, सत्यासाठी सर्वस्वाचा त्याग करण्याचे धडे आपल्या तेजस्वी वाणीने त्यांनी आतापर्यंत जनसमाजाला घालून दिले आहे. चंद्रोदय झाला म्हणजे सागराला भरती येते, तशी सूर्योदय झाला म्हणजे येत नाही; तरी सूर्यकिरणांनीच मेघ बनतात व पुढे पृथ्वीचा दाह त्या पर्जन्याने शांत होतो. लेखनकलेतही तसेच असते. एखादा चंद्र असेल, तर दुसरा सूर्य असेल. प्रत्येक जण आपापल्या नियतक्षेत्रात अधिराजा असतो. असे जे खाडिलकरांचे क्षेत्र आहे, त्यात परिणत झालेली त्यांची प्रज्ञा यापुढे दीर्घ काल विहार करो व मराठी नाट्यदेवता त्यांच्या उत्कृष्ट अलंकारांनी भूषित होवो, अशी मनःपूर्वक इच्छा धरून हे परीक्षण संपवितो.

एक टीप

‘मेनके’मध्ये मेनकेने विश्वामित्रावर मिळवलेला विजय - मग तो सौंदर्यमूलक होता की सद्गुणमूलक होता, हा भाग निराळा - खाडिलकरांना वर्णन करावयाचा होता, हे उघड आहे. या विषयाची साधने म्हणून मदनिका, यौवनिका व वासंतिका या अप्सरा त्यांनी मेनकेबरोबर आणलेल्या आहेत. पौराणिक मदन व वसंत यांना मनोहर स्त्रीवेष चढवून आणि मेनकेच्या अमूर्त यौवनाला मूर्त स्वरूप देऊन त्यांनी या तीन अप्सरा निर्माण केल्या आहेत हे उघड आहे. (मदन-

मदनिका, यौवन-यौवनिका आणि वसंत-वासंतिका) पराभूत होणाऱ्या पक्षात काही विशिष्ट दोष असलेच पाहिजेत. विश्वामित्राच्या तपश्चर्येतील हे दोष त्यांनी चालते-बोलते करून वृद्धानंद, ज्वालामुखी व बालमूर्ती या बटूंच्या रूपाने रंगभूमीवर आणले आहेत. (ज्वालामुखी-विश्वामित्राचा अनावर क्रोध, वृद्धानंद - तपस्व्याची जगाकडे पाहण्याची रूक्ष दृष्टी, बालमूर्ती - जगापासून अलिप्त राहिल्याने ऐहिक गोष्टींविषयी असणाऱ्या तपस्व्याच्या बालसुलभ कल्पना व त्यांची मोहवशता) मेनकेच्या तीन अप्सरांनी या बटूंना आपल्या आहारी आणले, याचा अर्थ मेनकेने मदन, वसंत व यौवन यांच्या साहाय्याने क्रोध, रूक्षता व जगाचे अज्ञान व विश्वामित्राच्या ठिकाणी वास करणाऱ्या गोष्टींना जिंकले, असाच आहे. या मानवीकरणाच्या (Personification) दृष्टीने 'मेनका' नाटक अधिक सुसंगत आहे, पण मेनकेचे तत्त्वज्ञान पाहिल्यावर तिच्या तीन सख्यांबरोबर 'तत्त्वज्ञानदीपिका' ही चवथी अप्सरा खाडिलकरांनी का दाखविली नाही, हे कळत नाही. तथापि सदरहू दृष्टीने या नाटकातील कित्येक स्थळांवर अधिक प्रकाश पडतो, यात संशय नाही.

१९२७

एक आठवण

मी त्या वेळी पुरा पाच वर्षांचासुद्धा नसेन, पण माझा थोरला भाऊ बाळू जे जे करी, ते ते केल्याशिवाय मला राहवत नसल्यामुळे मी माझ्याहून मोठ्या अशा मुलांत नेहमी मिसळत असे. त्यांच्या खेळात भाग घेत असे आणि त्यांच्या निरनिराळ्या स्वाऱ्यांत पुढारी होणे शक्य नसले, तरी शेवटच्या नंबरचा शिपाई म्हणून आनंदाने सामील होत असे.

त्या वेळी सांगलीला आम्ही गणपतीच्या देवळाजवळ राहत होतो. देवळाच्या मागे कृष्णाबाई आणि कृष्णाबाईच्या काठावर मक्याच्या मळ्या. मळीतली कोवळी कोवळी कणसे किती लुसलुशीत असतात आणि ती खाण्याचा मोह किती अनावर असतो, हे....

ओले काजू, कोवळ्या काकड्या, शेतातल्या भुईमुगाच्या शेंगा - छे:! या सर्वांपेक्षा मळीतल्या कोवळ्या कणसांची मजा काही निराळीच आहे!

मी ज्या दिवसाची आठवण सांगत आहे, त्या दिवशी आम्हां पाच-सात मुलांचा मोर्चा एका मळीकडे वळला होता. अगदी संध्याकाळ झाली होती. त्यामुळे मळीत राखण करणारे कुणीच दिसले नाही! टोळधाडीप्रमाणे आम्ही कोवळ्या कोवळ्या कणसांवर तुटून पडलो. तोंडातल्या तोबऱ्याखेरीज प्रत्येकाने चार-चार, पाच-पाच नग सदऱ्याच्या पदरात घेतले. स्वारी यशस्वी झाली. या आनंदात आम्ही सारे मळीतून बाहेर पडतो न पडतो तो एखाद्या गोष्टीतला राक्षसच समोर उभा राहिला आहे, असे मला वाटले.

मळीच्या मालकाने प्रत्येकाला पकडण्याचा प्रयत्न केला, पण आट्यापाट्या खेळण्यात तरबेज असलेली मोठी मुले हां हां म्हणता त्याच्या हातून निसटून गेली. तो अधिकच चिडला आणि माझ्याकडे वळला. मीही पाठीला पाय लावून पळू लागलो. माझा पाठलाग करणारा राक्षस बराच लठ्ठ असल्यामुळे ही

पळण्याची शर्यत मीच जिंकणार, असे मला वाटत होते!

पण इतक्यात कशालातरी अडखळून मी खाली पडलो नि माझ्याबरोबर माझ्या डोक्यावरली टोपीही दूर जाऊन पडली.

पडल्या पडल्या मी पाहिले. शत्रू अगदी जवळ आला होता. खरचटलेल्या गुडघ्यासाठी रगडायला किंवा दूर पडलेली टोपी उचलायला वेळच नव्हता!

मी धडपडत उठलो आणि धावू लागलो.

मध्येच एकदा मी मागे वळून पाहिले. मळीचा मालक टोपी उचलून घेऊन ती पाहत स्वस्थ उभा राहिला होता.

चांगली जरीची नवी टोपी होती ती! चोरीला गेलेल्या कणसाची किंमत वसूल झाली, अशा समजुतीनेच त्याने माझा पाठलाग सोडून दिला असावा!

मी हळू हळू चालू लागलो. पुढे पाहिले, तो आमच्या घरचा शिपाई येत होता. बहुधा मला शोधायलाच तो आला असावा, हे मी ओळखले. चटकन एका झाडाआड लपलो मी! शिपाई पुढे मळीकडे गेला.

घरी आल्याबरोबर आईने माझ्या टोपीची चौकशी सुरू केली. मी रडायला सुरुवात केली. नाटक सुरू व्हायला वेळ असला, म्हणजे उगीच पेटी वाजविण्याची पूर्वी पद्धत असे! तिचेच त्या वेळी मी नकळत अनुकरण करीत होतो. रडता रडता मला एक युक्ती सुचली. मी आईला म्हटले, "माझी टोपी नदीत पडली. ती काढायला मी पुढे गेलो नि एका दगडावर आपटलो. हे बघ, गुडघ्यालासुद्धा लागलंय माझ्या!"

"आता बोडकाच फीर उद्यापासनं!" असा आईचा आशीर्वाद घेऊन मी जेवलो नि फार दमलो असल्यामुळे दादा घरी यायच्या आधीच झोपी गेलो.

दुसऱ्या दिवशी सकाळी चहा पिताना दादा माझ्याकडे पाहून म्हणाले, "आपला भाऊ तुकारामासारखा मोठा संत होणार हं!"

दादांची माझ्यावर फार माया होती, पण त्यांच्या त्या बोलण्यात प्रेमापेक्षा काही तरी निराळे आहे, अशी शंका माझ्या मनात आली. मी त्यांच्याकडे बघतच राहिलो. माझ्याकडे रोखून पाहत दादा म्हणाले, "तुकारामाचे अभंग लोकांनी इंद्रायणी नदीत बुडविले होते, पण ते वर आले. इंद्रायणीने तुकारामाला ते परत दिले. तुझी टोपीही...."

माझा चहा पेल्यातल्या पेल्यातच राहिला!

"कृष्णाबाईनं तुझी टोपीही परत आणून दिली आहे!"

मला गुदमरल्यासारखे झाले.

दादांनी माझा हात धरून मला बाहेर नेले. जाजमावर माझी नवी जरीची टोपी पडली होती आणि पलीकडेच तो मळीवाला आणि आमचा शिपाई उभे होते.

कृष्णाबाईचा हा चमत्कार पाहून माझ्या डोळ्यांतून गंगायमुना वाहू लागल्या.

मी आदल्या दिवशी काय काय झाले, ते सारे दादांना सांगितले.

ते सांगितल्यावर मला जो आनंद झाला, त्याची आठवण अजूनही माझ्या मनात ताजी आहे, पण मळीतल्या त्या कोवळ्या कणसांचा आनंद! काही केल्या त्याची आता मला कल्पना करता येत नाही. तो खराखुरा आनंद नव्हता; आनंदाचा नुसता भासच होता, असे वाटते.

१९४१

तांब्यांची कलादृष्टी

पुन्हा पुन्हा वापरल्यामुळे पैसे सुळसुळीत होऊन बाजारात खोटे ठरू लागतात. वाङ्मयातील काही शब्दांचीही स्थिती तशीच होते. कला, तंत्र, कल्पकता, भावना वगैरे शब्दांचा सध्या इतका सुळसुळाट झाला आहे की, या सर्वांना काहीच अर्थ नसावा किंवा प्रत्येकाला असंख्य अर्थ असल्यामुळे त्यांतील एकच कधीही निश्चित होत नसावा, असे सामान्य वाचकाला वाटल्यास त्यात नवल नाही. एखादा काव्यसंग्रह अगर कथासंग्रह प्रसिद्ध होताच त्यावर निरनिराळ्या नियतकालिकांतून येणारे अभिप्राय पाहावेत. एकाला त्यात कलेचा विलास आढळतो, तर दुसऱ्याला त्याच्यावर कलेने बहिष्कार टाकलेला दिसतो! 'एकच प्याला'तील डॉक्टर-वैद्याप्रमाणे वाङ्मयातील टीकाकारांकडून केली जाणारी निदाने अनेकदा मार्गदर्शक होण्याऐवजी हास्यास्पद ठरतात. जो हातात लेखणी धरील तो कुशल लेखक, जो कुंचलीने चित्रे रंगवितो तो कलावंत चित्रकार असा कलाकौशल्याचा सुकाळ झालेला दिसत असताना तांब्यांसारख्या जातिवंत कवीच्या कलादृष्टीसंबंधाने लिहिण्याच्या वेळी कलेविषयी काहीतरी निश्चित कल्पना असणे आवश्यक आहे.

कला ही मनुष्यप्राण्याबरोबरच जन्माला आली. शहाजहानच्या कारकीर्दीत बांधलेल्या ताजमहालातल्याप्रमाणे पुरातन कालीन ऋषींच्या पर्णकुटिकांतही तिचे अस्तित्व होते. आजच्या भावगीतांप्रमाणे वैदिक उष:सूक्तांतही ती आढळते. आधुनिक तलम रेशमी वस्त्रांतच ती दिसते, असे नाही. प्राचीन वल्कलांतूनही ती स्पष्टपणे खुलून दिसत असे. पाषाणतुल्य निसर्गातून मानवी मनाने निर्माण केलेली देवमूर्ती म्हणजे कला, असे म्हणता येईल. निसर्गाच्या वृक्षावर मानवी जीवनाचे कलम केले असता त्याला जी मधुर फळे येतात, त्यांनाच आपण शास्त्रे व कला म्हणतो. सौंदर्य व कुरूपता, सदयता व क्रौर्य इत्यादी विरोधी गुणांचे विलक्षण मिश्रण निसर्गात नेहमीच आढळते. तो जगन्नाथाचा रथ आहे. या रथात बसणाऱ्याचा

देवमूर्ती म्हणून सत्कार होतो. दुर्दैवाने जो रथाखाली सापडतो, तो चिरडून क्षणार्धात गतप्राण होतो. पशूंचे जीवन अशा निसर्गावर सर्वस्वी अवलंबून असते; पण मानव प्राणी निसर्गाशी झुंजून, प्रसंगी त्याच्या प्रतिकूल प्रवाहाविरुद्ध पोहून आपल्या बुद्धीचा व हृदयाचा विजयध्वज रोवतो. या ध्वजाचे विविध रंग म्हणजेच शास्त्रे व कला होत. निसर्ग व मनुष्य यांच्या झगड्यात मनुष्याचे शरीर पडते, पण शास्त्र आणि कला यांच्या रूपाने त्याचा आत्मा अमरच राहतो.

शास्त्र आणि कला ही जुळी भावंडे खरी, पण त्यांच्या स्वभावात जमीन-अस्मानाचे अंतर आहे. शास्त्र उपयुक्ततेकडे पाहते, उलट कला सौंदर्यात रममाण होते. उन्हाळ्यात कडक ऊन पडले की, मिठागरावरील पाण्यावर मिठाचे थर साचू लागतात. शास्त्र हे या मिठाप्रमाणे आहे. पण एकीकडे मीठ पडत असताना दुसरीकडे आगरांतले पाणी आकाशात जाते आणि त्याचे रूपांतर पर्जन्यात होऊन ते पृथ्वीला संजीवन देऊ शकते. कला या पाण्यासारखी आहे. रसशून्य उपयुक्तता हे तिचे ध्येयच होऊ शकत नाही. आनंद हेच तिचे ध्येय असते व त्यामुळे ती निसर्ग व मनुष्य यांच्यांतील बहुविध सौंदर्याची उपासना ती करीत असते. पांढऱ्या चाफ्याला फुले येतात, त्याप्रमाणे त्याच्या शेंगांचा सापाच्या विषावर उपयोगही होतो; पण सर्पविषावर रामबाण औषध म्हणून काही कुणी चाफ्याकडे पाहत नाही. कलेच्या बाबतीतही तेच म्हणता येईल.

सौंदर्योपासना हा कलेचा मुख्य हेतू मानला की, कलावंताचे हृदय बालकाच्यासारखे असले पाहिजे, हे ओघानेच येते. 'प्रौढत्वी निज शैशवास जपणे बाणा कवीचा असे' या केशवसुतांच्या उक्तीचे मर्म तरी दुसरे काय आहे? पाऊस पडू लागला, फुलपाखरे नाचू लागली, काजवे चमकू लागले म्हणजे त्या दृश्यांनी बालकांची अंत:करणे नाचू लागतात. वयस्क माणसांची ही सौंदर्यदृष्टी बहुधा अधू झालेली असते. काव्यातील कल्पनाविलास हासुद्धा एका दृष्टीने बालसुलभ अद्भुतरम्य मनोवृत्तीचाच पद्धतशीर विकास आहे. लहान मुले एखाद्या भावनायुक्त अनुभवाचे चित्र जितक्या उत्कटतेने डोळ्यांपुढे आणतात किंवा आपले विचार तालबद्ध स्वरात जसे गुणगुणू लागतात, तसे मोठ्या माणसाचे सहसा होत नाही. या सर्व गुणांना मानवी जीवनातील जिव्हाळ्याने अनुभवलेल्या विविध अनुभवांची जोड दिली की, खरी कलादृष्टी निर्माण होते. नाजूक, पण भेदक जिव्हाळा, मधुर संगीत व रम्य कल्पनाचित्रे यांच्या त्रिवेणी संगमामुळेच कवीच्या कलाकृतीला अप्सरेचे सौंदर्य प्राप्त होते.

तांब्यांचे काव्यसंगीत किती अनुपम आहे, याचे एकच उदाहरण पाहावे.

आधुनिक कवींत अग्रेसर असलेल्या केशवसुतांनी 'प्रत' नावाची एक कविता लिहिली आहे. त्यातील विरही नायक नायिकेला उद्देशून लिहितो :

'नाडि माझी तव करीं वाहताहे
हृदय माझें तव उरीं हालताहे
करा अपुल्यां पहा चांचपून
तूं उरा आपुलिया पहा तपासून
प्रकृति माझी ही तिथें तुज कळेल
विकृति माझी तुज तिथे आढळेल'

या ओळींतील प्रेमबद्ध जोडप्याच्या अभिन्न जीवनाची कल्पना नि:संशय चमत्कृतिजनक व चटकदार आहे; पण त्यातले नाडी पाहून छाती तपासण्याचे वर्णन व गद्यवजा रचना यांमुळे नायक डॉक्टर असून त्याने केवळ हौसेने हे पद्यबद्ध पत्र प्रियेला पाठविले असावे, असा भास होतो. पण हीच एक जीवित्वाची कल्पना तांब्यांनी किती नाजूकपणाने रंगविली आहे.

'गुलाब माझ्या हृदयीं फुलला
रंग तुझ्या गालांवर खुलला
काटा माझ्या पायी रुतला
शूल तुझ्या उरि कोमल कां?

माझ्या शिरिं ढग निळा डवरला
तुझ्या नयनिं पाउस खळखळला
शरच्चंद्र या हृदयिं उगवला
प्रभा तुझ्या उरिं शीतल का?'

खऱ्याखुऱ्या कलावंत कवीचा एक मोठा गुण म्हणजे त्याच्या प्रतिभेची व्यापकता. काही कवींना फक्त फुलेमुलेच आवडतात. कित्येकांच्या कवितांचे चरण तरुणींच्या मुखदर्शनाखेरीज पुढे जायला तयारच होत नाहीत. काहींना हा लोक व परलोक यांना जोडणाऱ्या भक्तीच्या पुलावरच रमत राहावेसे वाटते, तर कित्येक समाजाला जागृत करण्याकरिता अशी रणगर्जना करीत असतात की, त्यामुळे त्याची झोप कायमचीच उडून जावी. तांब्यांमध्ये कोणतीही एकांगी प्रवृत्ती

नाही व कोणत्याही प्रवृत्तीचा अतिरेक नाही. समाजातील विषारी विषमता पाहून आणि दीनदुबळ्यांचा आक्रोश ऐकून ते रुद्राला धीरगंभीर वाणीने आवाहन करतात :

डुमडुमत डमरू ये, खणखणत शृंग ये
शंख फुंकीत ये, येइ, रुद्रा!
पाड सिंहासने दुष्य ही पालथीं!
ओढ हत्तीवरूनी मत्त नृप खालतीं
मुकुट रंकास दे, करटि भूपांप्रती!
झाड खट्खट् तुझें खड्ग क्षुद्रां!

रुद्रावताराचे रणांगणाला शोभणाऱ्या आवेशाने स्वागत करणारी ही कविप्रतिभा ज्या वेळी मातृवात्सल्याने लहान बालकाला बोलावू लागते, त्या वेळी खरोखरच तिच्या कलायुक्त सुंदर अंतरंगाचे निःसीम कौतुक वाटते.

'रुणुझुणु ये, रुणुझुणु ये, झणकारीत वाळा।
लुठु लुठु लुठु दुडु दुडु दुडु ठुमकत ये, बाळा।
जागति बघ चिउकाऊ
लागति घरट्यांत गाउं
डोलति तरु
लागति करुं
श्रीहरिभजनाला।।'

आपले मुख उघडून अर्जुनाला विश्वरूप दाखविणाऱ्या भगवंतांनी बालरूप धारण करून वटपत्रावर पडून राहावे आणि आपल्या पायाचा अंगठा चोखण्यात दंग होऊन जावे, अशासारखाच हा चमत्कार नाही काय?

कलावंत लेखक-कवींचा खरा कस म्हणजे मानवी स्वभावाचे चित्रण. सामान्यतः सहानुभूती दर्शविताना बहुतेकांना मानवी स्वभावाची इष्ट अशी एकच बाजू दिसत असते. या एकांगी दृष्टीला मतप्रचाराच्या उत्साहाची जोड मिळाली, म्हणजे या कात्रीत अनेकदा कलेच्या चिंधड्या होतात. उदाहरणार्थ वरेरकरांनी स्त्रीस्वातंत्र्याचे कंकण आपल्या हाती बांधल्यापासून रंगविलेली स्त्रियांची चित्रे पाहावीत. जिकडेतिकडे तोंडाच्या तोफांतून भयंकर शब्दांचे गोळे बाहेर टाकणाऱ्या रणरागिणीच दिसून येतील. लोखंड तापलेले असते, तोपर्यंतच त्याच्यावर घाव घालावा, हा न्याय अशा बाबतीत मतप्रचारक पुढे करीत असतात, पण कलावंत

हा कारागीर असला, तरी तो सुवर्णकार आहे; लोहार नव्हे. नाजूक हातानेच त्याला इष्ट अलंकार घडवावा लागतो. मराठी सारस्वतात या दृष्टीने पाहिले, तर निर्दोष कलावंत फारच थोडे आढळून येतील. अन्यायाच्या जाणिवेने अनाथांविषयी सहानुभूती वाटणे, दीनदुबळ्यांची दया येणे या गोष्टी जिव्हाळ्याच्याच दर्शक आहेत, हे खरे; पण कलाकृती निर्माण करताना नुसता आंधळा जिव्हाळा उपयोगी पडत नाही. गेली साठ वर्षे विधवांची करुण चित्रे मराठीत रंगविली जात आहेत. परंतु यांपैकी बहुतेक चित्रे एका विशिष्ट दृष्टिकोनातूनच निर्माण झाली आहेत. या दृष्टिकोनातून दिसणारे चित्र म्हणजे विधवा या गाई व समाज हा कसाई; पण तांब्यांसारख्या असामान्य कलावंताची दृष्टी अशी स्थूल नसते. तिची सर्वस्पर्शी सूक्ष्मता पाहण्याकरिता विधवांवरील त्यांच्या काही कवितांचा तुलनात्मक विचारच करणे इष्ट होईल. 'विधवेचे स्वप्न' या कवितेत कल्पनारम्य कारुण्य आहे. त्या दीन विधवेला स्वप्नामध्ये पतीचे दर्शन होते व ती त्याच्या मागाहून जाऊ लागणार इतक्यात जागृत होते. या कल्पनारम्य चित्राशेजारी 'बघुनि तया मज होय कसेसें' या कवितेतील विधवेचे वास्तवचित्र ठेवले, म्हणजे तांब्यांच्या कारागिरीतील कौशल्य चटकन पटते. प्रेमाचा कोंडमारा झाल्यामुळे आतल्या आत गुदमरून जाणारे त्या विधवेचे मन म्हणते :

आसन त्यास्तव घालायाला
वसन चुणुनियां ठेवायाला
हस्तांनो! फुरफूर कशाला?
कळे तया का? काय तो पुसे?॥

फूल सूर्यमुखि भूवरि नभिं रवि,
अविरत चंडकिरणिं मुख फिरवी
जातां तो दुःखें मुख झुकवी
जळुनि राख हो किरणिं! हें तसें॥

या चित्राइतकेच करुण, पण उदात्त चित्र 'हिंदू विधवेचे मन' या कवितेत दिसून येते. आपल्यावर प्रेम करणाऱ्या तरुणाला ती सांगते :

अमरें मजवर दार लोटतां
मर्त्य तुम्ही तें उघडूं झटतां
सुखमंदिरिं त्या नेण्या झुरतां

दयाघना, कशि फेटुं ऋणाला?

भगिनी होइन, दासी होइन
भक्त होउनि चरणा पूजिन
तुमच्या वाटा केशीं झाडीन
अधिक पत्निपणीं काय कृपाळा?

आता चौथ्या विधवेचे चित्र पाहा. आकाशाची कुऱ्हाड कोसळल्यामुळे तिचे हृदय दुभंगून गेले आहे. दारिद्र्य, पोराबाळांची काळजी, इत्यादी गोष्टी तिला भेडसावून टाकीत आहेत. दुःखाच्या भरात ती नदीवर जीव द्यायला जाते. इतक्यात -

उडी घालण्या टाकी चरणा
विदारुनी तों वातावरणा
हंबरडा आला तो श्रवणा
'आइ, आइ' जासी त्यजुनी
घे ओढुनि पोटीं वत्साला
'मोलमजूरी करीन, बाळा
भिक्षा मागुनि, रे वेल्हाळा
परि भरीन हीं तोंडें चिमणीं'।।

चांगल्या चित्रकारालासुद्धा स्फूर्ती देऊ शकेल, असेच हे दृश्य आहे. या सर्व चित्रांपेक्षा अगदी निराळी नायिका 'ते कांत यापुढे मीही तयांची कांता' या कवितेत आढळते. ती सरळच देवाला सवाल करते :

पति तुम्हीच निजपदिं हरी जरी बोलविले
तरी भ्रतार दुसरे तुम्हींच ना अर्पियले
तुम्हि होय म्हणा शास्त्रांची पर्वा नाहीं
मज माझें काळिज देतें, देवा! ग्वाही
निष्पाप असें मी, कुणी म्हणो दे कांही
मग लाज तुम्हांला, दीन जनांच्या नाथा!

मृत्युशय्येवरून लिहिलेल्या 'प्रस्थान', 'घाबरू नको', 'आलो, थांबव

शिंग', 'जन पळभर म्हणतिल हाय हाय!','निरोप घेताना', 'मरणात खरोखर जग जगते','चंद्रा, मार्ग धरी अपुला', 'कवणे रूपे येइल माझ्या घरी' इत्यादी कविता त्यांच्या सूक्ष्म कलादृष्टीची साक्ष देतात. 'Art is the expression of the artist's mood' हे तत्त्व या कवितांतून सुंदर रीतीने प्रगट झालेले दिसते. जीवनसागराला काळओहोटी लागली असताना आत ओढणाऱ्या लाटांवर डौलाने नृत्य करणारी ही कलानौका पाहून मन चकित झाल्याशिवाय राहत नाही. ललितलेखकाने, विशेषत: कवीने नुसत्या सामान्य जिव्हाळ्याने आपली कृती निर्माण केली, तर तीत मानवी जीवनाच्या खऱ्याखुऱ्या अंतरंगाचे प्रतिबिंब पडू शकत नाही. केवळ प्रचारकाच्या अभिनिवेशाने तो लिहायला बसला, तर भर दुपारच्या उन्हात चांदणे-भोजन साजरे करण्याचा हा खटाटोप पाहून रसिकाला घामाघूम होऊन जायला होते. मराठी वाङ्मयातले अनेक लेखक व कवी फौजदारी खटल्यात आरोपीचा बचाव करायला उभे राहिलेल्या वकिलांसारखे बोलत असतात, पण कलावंत हा फौजदारी तर नाहीच, पण दिवाणी वकीलसुद्धा होऊ शकत नाही. गॅल्सवर्दीप्रमाणे न्यायाधीशाची संयमित गंभीर वृत्ती त्याने सदैव दाखवावी, असाच काही अर्थ नाही; पण जिव्हाळ्याला जीवनातील सनातन तत्त्वांची वैचित्र्यपूर्ण मानवी स्वभावाच्या ज्ञानाची व ते कुशलतेने व्यक्त करण्याच्या सामर्थ्याची जोड मिळाली पाहिजे. तांब्यांच्या विविध भावगीतांत हे गुण अनेक स्थळी प्रकर्षाने प्रगट होतात. 'सावळी', 'किती महामूर्ख तू शहाजहाँ', 'ते दूध तुझ्या त्या घटातले' इत्यादी कविता या दृष्टीने वाचनीय आहेत.

भावना, कल्पना व प्रेयता हे गुण तांब्यांच्या कवितेत समरसतेने प्रगट होतात. 'या वेळी, माझ्या ये, रमणा' या कवितेतील खालील वर्णन पाहावे:

गहन रात्र घनघोर पसरली
जादुगार झोंपेनें अंगुलि
चहूंकडे हळुहळू फिरविली
ती मिटवी कमळांपरि नयनां।।

अधांतरी बघ घरटीं झुलतां
गुपचुप झाली बघतां बघतां
तरुचि कुजबुज थांबली अतां

वेळूंची थिजली, सख्या, वीणा।।

सूक्ष्मदर्शक यंत्रातून लहान वस्तू जशी स्पष्ट व ठळक दिसते, त्याप्रमाणे त्यांच्या उज्ज्वल कल्पनेतूनही सूक्ष्मसौंदर्य अगदी रेखल्यासारखे दिसू लागते. मृत्यूच्या दूताला 'आलो, थांबव शिंग' म्हणून सांगणारा जीवात्मा म्हणतो :

जरि नाटकगृह हें गजबजलें
जरि नानाविध जन हे सजले
मजविण त्यांचें कितिही अडलें
पहा सोडिला रंग।।

रमणीच्या लोचनांचे इतके सुंदर, पण उन्माद नसलेले वर्णन उच्च दर्जाच्या कलावंताखेरीज कुणालाही साधणे शक्य नाही.

मूर्तिमंत जणूं रागरागिणी
रंगुनि गेल्या गोड गायनी
नाग, हरिण, सुर, तरुणि, यक्षिणी
डुलति सुखें परिसुनी।।

मदनाचा कुणि तरुणि पाळणा
हालवि गाउनि दिव्य गायना
जादूची कां ही, गे, रचना
कीं भासचि हा मनीं?।।

'उधळ गिरि जशी मृत्तिका' यांसारख्या भव्य कल्पना, शरीरसौंदर्यापेक्षा मन:सौंदर्याचे नाजूक वर्णन करण्याची आवड इत्यादी तांब्यांचे विशेष ही त्यांच्या उज्ज्वल कलासृष्टीचीच अपत्ये आहेत, असे म्हटल्यास चूक होणार नाही.

Poetry is the criticism of life या मॅथ्यू अर्नोल्डच्या उक्तीचा मराठी टीकाकारांवर अजून बराच पगडा आहे. पण स्त्री व पुरुष यांच्यात कितीही समता उत्पन्न झाली, तरी वात्सल्य असे स्त्रीस्वभावात उत्कटत्वाने आढळून येते, त्याप्रमाणे गद्य व काव्य यांच्यांतले अंतर कितीही कमी केले, तरी काव्याचा मुख्य हेतू जीवनाची टीका हा होऊ शकत नाही. मॅथ्यू अर्नोल्डच्या वाक्याऐवजी Poetry is the appreciation of life अशा प्रकारची उक्तीच अधिक

योग्य ठरेल. केशवसुतांच्या 'तुतारी', 'झपूर्झा' वगैरे कविता तांब्यांना आवडल्या नाहीत, याचे कारण त्यांच्या कलादृष्टीची सूक्ष्मता हेच असले पाहिजे.

'चमत्कार हें पुराण तेथुनि
सुंदर सोज्ज्वळ गोडें मोठें
अलिकडलें तें सगळें खोटें
म्हणती धरुनी ढेरीं पोटें
धिक्कार अशा मूर्खांलागुनि''

या तुतारीच्या सुरातील 'ढेरीं पोटें' कानांवर पडताच काव्य सोडून आपण विनोदाच्या प्रांतांतच शिरलो आहोत की काय, अशी शंका रसिकाला आल्यावाचून राहत नाही.

'प्राप्तकाल हा विशाल भूधर'
सुंदर लेणीं तयांत खोदा
निज नामें त्यावरती नोंदा'

अशा कल्पनांनी नटलेली कडवी काव्यात चालतील, पण व्यासपीठावर अगर निबंधांत वापरली जाणारी भाषा व विचारसरणी काव्यात जशीच्या तशी आली, तर ती कलेला सर्वस्वी मारक होते. मतप्रचारक कवितेवर तांब्यांचा जो कटाक्ष आहे, त्याचे कारण मुख्यत: हेच असावे.

मतप्रचारकांचे दोष कुणी दाखविले, तर ते उसळून म्हणतात, ''ठाऊक आहे तुमची काय कला आहे, ती! सुंदर तरुणीभोवती पिंगा घालायचा आणि पांचट प्रेमगीते व प्रेमकथा रचायच्या, हाच काय तो तुमच्या कलेचा अर्थ?''

कलेचा पुरस्कार करणाऱ्या लेखकांविरुद्ध घेतला जाणारा हा आक्षेप अगदीच निराधार असतो, असे मात्र नाही. त्याच त्याच शिळ्या प्रणयकल्पनांच्या कढीला ऊत आणून ती मिटक्या मारत भुरकणारे लेखक प्रत्येक वाङ्मयात असतात! गावाजवळच्या कसल्याही नदीला गंगा म्हणण्याचा जसा प्रघात असतो, त्याप्रमाणे हे लेखकही आपल्या लेखनपद्धतीला 'कला' हे गोंडस नाव देत असतात, पण केवळ नामसादृश्यामुळे कुठलीही लहान-सहान नदी गंगा होऊ शकत नाही आणि कोणताही कायम ठशाच्या कित्त्यांच्या नकला काढणारा लेखक कलावंत गणला जात नाही. तांब्यांनी पुष्कळ प्रेमगीते लिहिली आहेत, पण त्यांतली

विविधता, नाजूकपणा, जिव्हाळा व माधुरी इतकी अस्सल आहेत की, त्यांच्या कलेला जीविताशी संबंध नसलेली नकली कला म्हणण्याचे धाडस कडवा टीकाकार देखील करू शकणार नाही. प्रेममीलनाच्या क्षणाचे वर्णन ते जितक्या समरसतेने करतात, तितक्याच उत्कटतेने ते स्त्रीजातीच्या दिव्य व उदात्त सामर्थ्याचे माहात्म्य गातात.

> भूत निघाला तव उदरांतुन
> वर्तमान घे अंकीं लोळण
> भविष्य पाही, मुली! रात्रंदिन
> तव हांकेची वाट मनीं॥

किंवा

> तें दूध तुझ्या त्या घटांतलें
> कां अधिक गोड लागे न कळें ॥

हे मधुरमधुर प्रणयोद्गार काढणारी त्यांची लाडकी वाणीच दिवंगत लोकमान्यांना उद्देशून

> 'राजराजेश्वरा, हो दयाळा
> तांतडी कां असे, हो निघालां?

या करुण स्वरांनी आळविताना आढळते.

'माउली' हे चिमुकले गीत त्यांच्या व्यापक प्रतिभेचे सहज प्रत्यंतर पटविते. आपल्या निजलेल्या तान्ह्याकडे वत्सल दृष्टीने पाहणारी आणि त्याचे वरचेवर मुके घेणारी आई पाहून कवी म्हणतात :

> 'अशीच असशील त्रिभुवनजननी
> बघत झोंपल्यां मज कां वरुनी
> सुखदु:खांचीं स्वप्नें बघुनी
> कौतुकशी कां खरी?॥'

'दृष्ट हिला लागली', 'घट तिचा रिकामा झऱ्यावरी', 'अंगाईगीत', 'घन तमीं शुक्र बघ राज्य करी', 'धुळीलाही जाऊं मिळोनी सुखें' इत्यादी त्यांच्या कविता एका बैठकीला वाचणाऱ्याला त्यांच्या कलेच्या खोलपणाची आणि

सर्वस्पर्शित्वाची साक्ष पटल्यावाचून राहणार नाही.

कलावंत थोडाफार आत्मनिष्ठ असतो हे तर खरेच! आधी रंगावे आणि मग रंगवावे, हाच कलेचा गुरुमंत्र! तांब्यांच्या कविता इतक्या सहजसुंदर वाटतात, याचे कारण ते ज्यांत तन्मयतेने रंगून गेले, तेच प्रसंग त्यांनी कल्पनेच्या पार्श्वभूमीवर भावनेच्या कलमाने रंगविले, हेच आहे; पण त्यांच्या आत्मनिष्ठतेला व्यापक सहानुभावाची व कोमल कुशलतेची जोड मिळाल्यामुळे ते विविध भावगीते व उत्तम नाट्यगीते लिहू शकले. व्यक्तित्व व सर्वव्यापित्व यांचा सुंदर संगम त्यांच्या काव्यात आढळतो. नाद, अर्थ व ध्वनी या तिन्ही उत्कृष्ट काव्यगुणांच्या संगमामुळे आधुनिक मराठी काव्यातील त्यांच्या कवितांचे स्थान नेहमीच वरच्या दर्जाचे राहील. त्यांनी उठल्यासुटल्या उथळ देशाभिमानाची कविता लिहिली नाही अगर गद्याचे पद्य करण्याचा कारखाना काढून शब्दकोशाला लाजविणारा काव्यसंग्रहही प्रसिद्ध केला नाही; पण ओढ्याच्या पाण्यात समुद्रातली मोत्ये जशी उत्पन्न होत नाहीत, त्याप्रमाणे सौंदर्यहीन व गद्यवजा अशा देशविषयक कवितांतून स्फूर्तिस्फुलिंगही बाहेर पडत नाहीत. 'रुद्रास आवाहन' ही तांब्यांची एकच कविता अशी आहे की, सूर्यापुढे विद्युद्दीपाचे तेज जसे फिक्के पडते तशी तिच्यापुढे सारी प्रचलित देशविषयक पद्यरचना निस्तेज दिसते. कवितांच्या संख्येचा प्रश्न तर अगदीच दुय्यम आहे. लोखंड सोन्यापेक्षा खूप स्वस्त मिळते. म्हणून त्याचे अलंकार करून कुणी सुसंस्कृत मनुष्य आपले अंग मढवून काढील काय?

१९३४

संगीत 'रणदुंदुभि'

रणभूमी व रंगभूमी यांत जमीन-अस्मानाचे अंतर आहे. एकीकडे मूर्तिमंत धैर्याला थरकाप उत्पन्न करणारा तोफांचा गडगडाट थैमान घालीत असतो, तर दुसरीकडे पाषाणाच्या हृदयालाही मधुर रीतीने कंपित करणाऱ्या संगीताचा गुंजारव पिंगा घालीत असतो. पहिली घोड्यांचे खिंकाळणे व जखमी झालेल्यांचे विव्हळणे यांनी भरून गेलेली असते, तर दुसरी नटांच्या शब्दपुष्पमाला व प्रेक्षकांच्या टाळ्या यांनी निनादित होत असते. रणभूमीवर देहाचा पडदा फाडून टाकून प्रत्येक जण झुंजत असतो, तर रंगभूमीवर सुंदर वस्त्राभरणे लेवून यशस्वी रीतीने पडद्याआड जाण्याची प्रत्येक जण खटपट करीत असतो. ज्वालामुखी व हिमालय अथवा स्मशान व उद्यान यांत जे अंतर आहे, तेच रणभूमी आणि रंगभूमी यांच्यामध्ये आहे. दोन्हीही स्वर्गसुखाचा लाभ करून देतात, हे खरे! मात्र पहिली 'मेल्याशिवाय स्वर्ग दिसत नाही' या तत्त्वाचा कट्टर पुरस्कार करणारी आहे, तर दुसरी 'हृदय जिवंत असल्याशिवाय स्वर्ग दिसत नाही' या मताची अभिमानी आहे.

पण या दोन्हींमधील हे जमीन-अस्मानाचे अंतर आपल्या वीररसाने आकाशपाताळ एक करणारे वीर वामनराव जोशी मात्र नाहीसे करू शकतात. त्यांची रंगभूमी म्हणजे रणभूमीच असते. असहकारितेच्या ऐन अमदानीत त्यांना वीर ही पदवी मिळाली, पण तत्पूर्वीच सात-आठ वर्षे 'राक्षसी महत्त्वाकांक्षा' नाटकात खून, कत्तली, इत्यादी गोष्टी भरपूर घालून त्यांनी या पदवीवर आपला हक्क शाबीत केला होता. 'राक्षसी महत्त्वाकांक्षा' नाटकात विक्रांत, मृणालिनी, सरोजिनी आदिकरून उदात्त प्रकृतीची पात्रे त्यांनी रंगविली असली, तरी त्याचा मूर्धाभिषिक्त रस भयानकच आहे, असे वाटल्यावाचून राहत नाही. या नाटकात कराव्या लागलेल्या कत्तलींमुळे शिणून जाऊनच की काय, त्यांच्या लेखणीने एका तपापेक्षा अधिक काल विश्रांतीत घालविला व नंतर 'रणदुंदुभि'कडे

आपला मोर्चा वळविला.

'राक्षसी महत्त्वाकांक्षा' हे भयानक प्रसंगांनी अंगावर रोमांच उत्पन्न करणारे नाटक (Tragedy of horror) असले, तरी ते अनत्याचारी असहकारितेच्या जन्मापूर्वी लिहिले गेले असल्यामुळे क्षम्य होते; पण गांधीजींच्या असहकारितेचे कंकण हाती बांधल्यानंतरही वीर वामनरावांनी 'रणदुंदुभि'ची गर्जना केलेली पाहून अनेकांना आश्चर्य वाटले असेल! 'सिंह पिंजऱ्यात पडला, म्हणून काही गाईसारखा हंबरडा फोडीत नाही' असे म्हणून काही नाट्यलोलुपांनी आपले समाधान करून घेतले असेल; तर काहींनी नाटक हे संसाराचे चित्र असले तरी ते भडक चित्र असते, या तत्त्वज्ञानात आपल्या शंकांना जलसमाधी दिली असेल.

या नाटकाच्या नुसत्या नावातच 'रण' नसून ते अंतरंगातही आहे. नाटकाचे अंकशः कथानक खाली दिल्याप्रमाणे आहे :

अंक १ला : कदंबाचा अविवाहित राजा कंदर्प (सोवळे वाचक अगर प्रेक्षक या नावाला नाक मुरडणार नाहीत, अशी आशा आहे.) रतिविलास मंदिरात आपले प्रेमपात्र सौदामिनी व इतर चांडाळचौकडी यांच्या सहवासात नाचरंगात दंग आहे. मातंग युवराजाने कदंबाचा पराभव केलेला असूनही कंदर्पाचा हात तरवारीपेक्षा मद्यपात्राकडे व त्याचे डोळे विजयश्रीच्या माळेपेक्षा सौदामिनीच्या कटाक्षांकडेच ओढ घेत असतात. कंदर्पाची वाग्दत्त वधू तेजस्विनी जीवन्मृत राजाला जागृत करण्याचा परोपरीने प्रयत्न करते व निर्वाणीचा उपाय म्हणून त्याची वाङ्‌निश्चयदर्शक अंगठी परत करते; पण विलासलोलुप राजा तिचे ऐकत नाही व शत्रूच्या तहनाम्यावर सही करून तो गुलामगिरीच्या दरीत स्वत:सकट राष्ट्राचा अध:पात करून घेतो.

अंक २रा : पराक्रमी पित्याच्या समाधीपाशी तेजस्विनीने केलेल्या उपदेशामुळे कंदर्पाच्या मनावर साचलेली दुबळेपणाची राख क्षणमात्र उडून जाते व 'मुहूर्तं ज्वलितं श्रेय: न च धूमासितं चिरं' हा न्याय स्वातंत्र्यासाठी लागू आहे, हे त्याच्या लक्षात येते, पण प्रत्यक्ष काही कृती होण्याच्या आधीच तो पुन्हा सौदामिनीच्या जाळ्यात सापडतो व कदंबांचे निशाण काढून मातंगांचे निशाण उभारण्याच्या समारंभात प्रामुख्याने भाग घेतो. तेजस्विनी कदंबाचा ध्वज पदच्युत होऊ नये म्हणून या प्रसंगी अडथळा करते, पण राजनिष्ठेच्या बुरख्याखाली वावरणाऱ्या सौदामिनीच्या हस्तकांकडून ती पकडली जाते.

अंक ३रा : मातंग युवराजाने कदंबाचे राज्य कंदर्पाला परत करावयाचे, अशी तहनाम्यात एक अट असते. ही अट युवराजाने मुत्सद्देगिरीने घातलेली असून काही तरी खुसपट काढून कदंबराज्य गिळंकृत करण्याचाच त्याचा विचार

असतो. कंदर्पाला आपल्या पायी लोळण घ्यावयाला लावण्याकरिता त्याने सौदामिनीला हाताशी धरलेले असते, पण 'गरज सरो वैद्य मरो' या न्यायाने मुत्सद्देगिरीचा एक डाव म्हणून तो सौदामिनीला लाथाडतो. लोभी व महत्त्वाकांक्षी सौदामिनी यामुळे चवताळून जाऊन कंदर्पाला युद्धाला प्रवृत्त करते. त्याचा काही उपयोग होत नाही, असे पाहून 'सुसरबाई तुझी पाठ मऊ' असेच आपण वागले पाहिजे, असे ती कंदर्पाला सांगते. राज्यदानाच्या दरबारात कंदर्पाच्या धुमसणाऱ्या मनाचा युवराजांच्या सहेतुक उद्दाम भाषणाने भडका उडतो व युवराजांकडून राज्य दान म्हणून घेण्याऐवजी 'तुम्ही माझे दुश्मन आणि मी तुमचा दुश्मनच राहणार' असा रोखठोक जबाब देऊन तो दरबारातून निघून जातो.

अंक ४था : बंदिवान कंदर्प दानाने मिळणाऱ्या राज्यापेक्षा पराक्रमाने येणारे मरण अधिक श्रेयस्कर असते, असे युवराजाला उत्तर देऊन त्याच्या देणगीचा धिक्कार करतो. युवराजाने कालकूट तसेच सौदामिनीच्या हस्तकांकरवी न्यायाध्यक्षाकडून तेजस्विनीला अपराधी ठरविण्याचे कबूल करून घेतलेले असते. नि:पक्षपाती न्यायाचे सोंग करण्याकरता तो तेजस्विनीच्या राजद्रोहाच्या आरोपाची चौकशी करण्याची कामगिरी न्यायसभेवर सोपवितो. तेजस्विनी वक्तृत्वपूर्ण रीतीने आपले निरपराधित्व सिद्ध करते व न्यायसभा तिला निर्दोषी ठरविते. याच वेळी कंदर्प तुरुंगातून पळाल्याची बातमी येते व कदंब-सैन्य स्वातंत्र्ययुद्धाचे निशाण उभारून त्याचे आधिपत्य तेजस्विनीला देते.

अंक ५वा : कदंब-मातंगांच्या युद्धात तेजस्विनी पकडली जाते. सौदामिनीचा काही उपयोग राहिला नाही, असे पाहून युवराज तिला कैद करतो व फाशीची शिक्षा फर्मावतो. कदंब-सैन्याला माघार घेण्याचा उपदेश करावयाला तेजस्विनी तयार नाही, हे पाहून युवराज तिला तोफेच्या तोंडी देण्याचा हुकूम सोडतो. इतक्यात जंगली लोकांची कुमक घेऊन आलेला कंदर्प तिथे येऊन शरण आल्याच्या मिषाने युवराजाच्या छातीत तरवार भोसकतो. युवराजही मरता मरता त्याला जंबियाने जबर जखम करतो. अशा रीतीने कंदर्पाच्या कर्तबगारीमुळे कदंब देशाचे स्वातंत्र्य त्याला परत मिळते व स्वातंत्र्यवीराच्या नावाने प्राप्त होणारे वैधव्य हे मंगल सौभाग्यच आहे, या भावनेने कंदर्पाच्या गळ्यातील मृत्यूच्या पाशाशेजारी तेजस्विनी आपली विवाहमाळही घालते.

अशा रीतीने वीर वामनरावांनी स्वातंत्र्याचा स्फूर्तिदायक संदेश 'रणदुंदुभि'च्या द्वारे जनतेच्या हृदयापर्यंत नेण्याचा प्रयत्न केला आहे. स्वातंत्र्यदेवीचे माहात्म्यही तसेच अलौकिक आहे. 'या ब्रह्माच्युत शंकरप्रभृतिभिर्देवैः सदावन्दिता' अशीच ती आहे. तिच्या प्राप्तीसाठी प्रतापसिंहासारखा नरवीर तपेच्या तपे परांच्या गाद्यांऐवजी पर्णांच्या शय्येवर निजतो, तिच्या दर्शनासाठी तानाजीसारखा स्वामिभक्त

मुलावर कुंकुममिश्रित अक्षता टाकायच्या सोडून शत्रूंची रक्तबंबाळ शिरे उडविण्याकरिता धाव घेतो, तिचा साक्षात्कार झाल्यामुळेच झाशीच्या लक्ष्मीबाईसारखी अबला अंगाईगीताऐवजी 'हरहर महादेव' असा घोष करू शकते. पृथ्वीच्या पाठीवर एकच तांबडा समुद्र आहे, पण स्वातंत्र्यदेवता प्रसन्न व्हावी, म्हणून जगात आतापर्यंत जेवढे रक्त सांडले गेले आहे, तेवढे सर्व एकत्र केले, तर कितीतरी तांबडे समुद्र होतील. स्वातंत्र्यगंगेच्या अवतरणाकरिता जगातल्या सर्व राष्ट्रांनी भगीरथ प्रयत्न केलेले आहेत व त्यांचा इतिहास याच प्रयत्नांनी उज्ज्वल झाला आहे. या देवतेची शक्ती एवढी मोठी आहे की, तिच्यापायी आलेले मरण मनुष्याला चिरंजीव करते. कीर्ती, पैसा, प्रेम, सत्ता, इत्यादी सर्व गोष्टींवर निखारे ठेवून मानवजाती या देवतेची उपासना करावयाला तयार होते. सोन्याच्या पिंजऱ्यातल्या पोपटापासून लोखंडाच्या पिंजऱ्यातल्या सिंहापर्यंत प्रत्येक प्राण्याला पारतंत्र्य म्हणजे रौरव नरक वाटतो. मग स्वतंत्रता हीच माणसाची माणुसकी असते, हे काय सांगावयाला पाहिजे?

'रणदुंदुभि'चा विषय अशा रीतीने व्यक्तिमात्राच्या जिव्हाळ्याचा आहे. तो नाट्यरूपाने मांडताना कंदर्प व तेजस्विनी या वाग्दत्त वधूवरांना विरोधी भूमिकांवर उभी करून जोश्यांनी नाटकाचा कुशलतेने आरंभ केला. गुलामगिरीचे जू मानेवर वाहावयाला कंदर्पाप्रमाणे तेजस्विनी तयार असती अगर कंदर्प तिच्याप्रमाणे तहनाम्यापेक्षा तरवारीनेच युद्धाचा निकाल लावायला उत्सुक असता, तर ही कथा नाट्यरूपाने मांडताच आली नसती. पहिली गोष्ट गृहीत धरली, तर तसले नाटक गुलामांचा बाजार झाले असते. दुसरी गृहीत धरली, तर नाटकातील हातघाईवर आलेल्या पात्रांना बोलावयाला मुळीच फुरसद मिळाली नसती. नाट्याला रंग येतो विरोधामुळे व 'रणदुंदुभि'त तो विरोध कंदर्प व तेजस्विनी या नायक-नायिकेच्या स्वभावभिन्नतेमुळे उत्पन्न झाला आहे. ही स्वभावभिन्नता नाहीशी होणे हेच या नाटकाचे मुख्य कार्य होय. नामुश्कीचा तह करणाऱ्या कंदर्पाने तरवारीने आपले राज्य परत मिळविलेले 'रणदुंदुभि'त दाखविले आहे. हा फरक का व कसा घडून आला, हे पाहण्याकडे वाचकांचे लक्ष असते. पहिल्या अंकाच्या शेवटी 'पण तुझ्या नादी लागून आपला सोन्यासारखा जीव वाऱ्यावर टाकावयाला मी काही तयार नाही' असे कंदर्प तेजस्विनीला उद्देशून म्हणतो (पृष्ठ ३१). दुसऱ्या अंकाच्या शेवटी तेजस्विनीला नादान म्हणून दुःखाचा एकही स्वगत शब्ददेखील न उच्चारता तो मातंगाचे निशाण ध्वजासनावर उभारतो (पृष्ठ ७५). तिसऱ्या अंकातील बंदिवान तेजस्विनीची धिटाई पाहूनही त्याचे हृदय द्विधा होत नाही (पृ. ८८), पण दरबारच्या प्रवेशात मात्र तो एकदम बिथरतो व 'मी तुमचा दुश्मनच राहणार' (पृष्ठ ११५) असे उद्गार काढतो. विलासांच्या डबक्यात रमणारा राजा एकदम शौर्याचा सागर कसा होतो? प्रणयिनीच्या

निर्भत्सनेनेही ज्या मेंढराच्या अंगात वीरश्री संचारत नाही, ते शत्रूच्या अपशब्दांनी सिंह बनेल, हे शक्य आहे काय? मातंगांशी युद्ध होण्यापूर्वी व युद्ध होत असताना तेजस्विनीने राजधर्माला जागण्याचा व पराभवाचा अग्नी तरवारीच्या पाण्याने विझविण्याचा त्याला हरघडी उपदेश केला असला पाहिजे, पण त्या वेळी पालथी असलेली घागर दरबारच्या प्रवेशात एकदम उलथी होते हा चमत्कार नाही काय? पृष्ठ ४९वर 'भीती वाटते. तहनामा धुडकावून मातंगेश्वराशी लढण्यास उभे राहण्याची मला हिंमत होत नाही.' असे म्हणणारा हा रडतराऊत एकदम शत्रूशी एकाकी तोंड देण्यासारखा अतिरथी महारथी होतो, हे मुळीच स्वाभाविक वाटत नाही. दारूऐवजी तरवारीचे पाणी, वारांगनाऐवजी शूर शिपाई, 'रतिरंगरंगिणी'ऐवजी रुधिरसरिता त्याला का आवडू लागतात, हे कुठेच कळत नाही. त्याच्या परिवर्तनाचा हा भाग स्वभावरेखनाच्या दृष्टीने सदोष झाला आहे.

नाटकाच्या आरंभी कंदर्प रतिविलासमंदिरात रंगढंगात गुंग झालेला दाखविला आहे. तेजस्विनी जर त्याची वाग्दत्त वधू होती, तर या उभयतांचे लग्न होण्याला नाटककाराखेरीज दुसऱ्या कुणाचाच अडथळा असण्याचे काही कारण दिसत नाही. 'तिच्या वडिलांकडून कैक वर्षांपूर्वी हे लग्न ठरविण्यात आले होते' असे पृष्ठ १२९वर कालकूटाकडून नाटककार वदवितात. या कैक वर्षांत या जोडप्याला लग्नाला योग्य असा मुहूर्तच सापडला नाही काय? तेजस्विनीसारख्या तेजस्वी कुमारिकेला आपला भावी पती एखाद्या चटकचांदणीबरोबर मौजा मारीत आहे, ही गोष्ट शांत मनाने पाहता येणे शक्यच नाही. पण पृष्ठ ८वर ती म्हणजे, "तुमच्या रामबाण योजनेचा खुलासा झाल्यावाचून मला तुमच्या या रंगविलासांत भाग घेता येत नाही." तेजस्विनीला या रंगविलासांत नीतिदृष्ट्या काही गैरशिस्त दिसत नव्हते म्हणायचे! नाटकाचे कथानक काल्पनिक असल्यामुळे त्याचा नक्की काळ ठरविता येणार नाही, पण (डफर वगैरे शब्द नाटकातील पात्रे बोलत असली, तरी तिकडे दुर्लक्ष करून) त्याचा काळ प्राचीन मानणेच योग्य होईल. इतर सर्व मुद्दे सोडले, तरी केवळ हत्यारांच्या कायद्यामुळेच 'रणदुंदुभि'तील प्रसंग सध्याच्या काळी हिंदुस्थानात घडणे शक्य नाही. मग प्राचीन काळी तेजस्विनीसारख्या देशभक्त स्त्रिया अमर्याद व स्वैर रंगविलासाचे वावडे मानीत नसत, असा निष्कर्ष वाचकांनी काढावयाचा की काय? वृक्षांवर बांडगुळे वाढत असली, तरी त्याला बिलगणाऱ्या वेलींवर ती कधीच वाढत नाहीत; तीच स्थिती रंगढंगांची.

तेजस्विनी राजवाड्यातच राहत असते. अशा स्थितीत सौदामिनीचे कंदर्पाशी असलेले सूत म्हणजे कंदर्पाच्या तिच्याविषयीच्या प्रेमाच्या बोकांडी बसणारे भूत, हे तिच्या कधीच लक्षात येत नाही. प्राचीन काळी राजेलोकांच्या दासी व

वारांगना असत, पण सौदामिनीला मधूनमधून राणीसाहेब होण्याची लहर येते, तशी मात्र त्यांना येत नसे. बरे, तेजस्विनी राजवाड्यातच का राहते, याचा कुठेच खुलासा केलेला नाही. कदाचित कंदर्पाच्या या भावी वधूने लग्नाआधीच गृहप्रवेश केला असावा. नाटकाच्या काळी तिला आई-बाप, बहीण-भाऊ अगर अन्य कोणीही नातलग असलेले दिसून येत नाही. तिच्या देशभक्तीच्या मार्गात त्यांनी आड येऊ नये, म्हणून नाटककारानेच त्यांना नाहीसे केले आहे की काय, हे कळत नाही; पण ढाल व तरवार यांच्याखेरीज तिचे जिवाभावाचे सोबती दुसरे कोणीच दिसत नाहीत. नाटक हे संसाराचे चित्र आहे, असे म्हणतात; पण संसारात पडावे, तो या ना त्या आप्तांची लफडी मागे लागलेली असतात. त्यामुळे नाटककारांनी तेजस्विनीचे केलेले हे आप्तनियमन अस्वाभाविक दिसते. कदंबांचा ध्वज उखडून काढावयाला नाकबूल होणारा धीरसिंह कोतवाल दुसऱ्या अंकाच्या पाचव्या प्रवेशात धूमकेतूप्रमाणे उदय पावतो व तेथेच त्याचा अस्त होतो. त्याला पकडल्यानंतर शिपाई त्याचे काय करतात, हे कधीच कळत नाही. त्याला तेजस्विनीच्या प्रभावळीत घालून शेवटपर्यंत कथानकात गुंतविले असते, तर ते पात्र सध्या त्रिशंकूसारखे दिसते आहे, तसे दिसले नसते.

सौदामिनीबद्दल तर काही बोलायलाच नको. राक्षसी महत्त्वाकांक्षेतील मदालसेचा हा एक सौम्य अवतार आहे. मातंग युवराज तिला युवराज्ञी करण्याचे प्रलोभन दाखवितो व फितूर करतो, असे नाटककारांनी दाखविले आहे. कंदर्पाच्या तळहातावरील हा फोड फोडण्यापर्यंत भेदनीतीची सुई युवराजाने कुठून व कशी चालविली, या विषयी नाटककारांनी मूगच गिळले आहेत. बरे, सौदामिनी फितूर होते ती तिला काय कमी होते, म्हणून? दुष्टपणाकरिताच ती दुष्ट झाली असे म्हणणे असेल, तर वादच खुंटला; पण कंदर्प तिला फुलासारखी वागवीत असताना ती मात्र आपल्या केसरांच्या आत देशद्रोहरूपी तक्षकाला जागा देते, हे कसेसेच वाटते. प्रधान कालकूट, सेनापती, हालाहल वगैरे सर्व तिच्या ताटाखालची मांजरे दिसतात. तेव्हा या मांजरांना लीलेने नाचविणारी ही वाघीण आपल्या प्रियकराबरोबर राष्ट्राचाही विश्वासघात का करते, त्याच्यावर अधिक प्रकाश पाडणे अगत्याचे होते. पुरुष कामिनीच्या, तर कामिनी कनकाच्या पाशांत सापडते, हा सिद्धान्त सामान्यत: खरा आहे; पण कंदर्पाच्या घरी तिच्या राजविलासात असे काय उणे होते की, तेवढ्यासाठी त्याच्या गळ्यात गळा घालूनही तिने त्याच्या गळ्यावर गुलामगिरीची सुरी चालवावी? नाटककारांनी तेजस्विनी व सौदामिनी यांतील विरोधाचा (conflict) येथे उपयोग करून घेतला असता, तर हा भाग अधिक सुसंबद्ध वाटला असता. कंदर्पाची भावी वाग्दत्त वधू या नात्याने तेजस्विनी कंदर्पाला सौदामिनीच्या विलासी जाळ्यातून

सोडविण्याचा प्रयत्न करते व कंदर्पाबरोबरच राजवैभवही आपल्या हातून जाणार, या भावनेने सौदामिनी मातंग युवराजाला सामील होते, असे घडणे काही अस्वाभाविक नव्हते.

नाट्यकथानकाची नदी नेहमी दोन तटांमधून वाहत असते. कदंबांचे स्वातंत्र्य हा 'रणदुंदुभि'चा विषय असून त्यात तेजस्विनीचा एक तट व सौदामिनीचा दुसरा तट आहे. सौदामिनी व तिच्या भोवताली उपग्रहाप्रमाणे वावरणारी चांडाळचौकडी ही देशाभिमानशून्य, अप्पलपोटी व स्वत:च्या पोळीसाठी राष्ट्राची होळी करण्याला न कचरणारी अशी असल्यामुळे त्यांच्याविषयी कोणालाच सहानुभूती उत्पन्न होणे शक्य नाही. स्वातंत्र्यरक्षण तरवारीने करावे की तहाने करावे, ह्या प्रश्नावरच 'रणदुंदुभि'तील सर्व रणे माजली आहेत. प्रत्येक देशात प्रत्येक काळी हा प्रश्न लोकांना सोडवावा लागतोच. हिंदुस्थानच्या सध्याच्या नि:शस्त्र राजकारणातही जहाल व मवाळ असे भेद पाडण्याचे कारण धर्माप्रमाणे राष्ट्रहिताच्या बाबतीतही 'नैको ऋषिर्यस्य वच: प्रमाणम्' अशी स्थिती असते, हेच होय. तहाच्या कागदी घोड्यापेक्षा तरवारीच्या मागोमाग येणारे सजीव घोडे लोकांवर वजन टाकण्याच्या दृष्टीने श्रेष्ठ ठरतात, हे स्वाभाविकच आहे; पण पुष्कळ वेळा शत्रूला घोड्यांच्या टापांऐवजी मुत्सद्यांच्या डोक्यानेच ठेचावे लागते व तरवारीच्या पाण्याच्या संततधारेने जे काम होत नाही, ते मुत्सद्यांच्या लेखणीतील शाईच्या एका थेंबाने होते, ही गोष्ट काही खोटी नाही. मॅझिनी, गॅरिबॉल्डी यांच्याप्रमाणे मुत्सद्दी काव्हूरही इटलीचा उद्धारकच होता. अफझलखानाचा वाघनखाने निकाल लावणाऱ्या शिवाजी महाराजांनाही त्याच हाताने आग्र्याला जाण्याच्या तहावर सही करावी लागली होती. या सर्व गोष्टींवरून प्रसंगविशेषी नमते घेणारी मंडळी स्वाभिमानशून्य असतातच, असे म्हणता येणार नाही. या तऱ्हेचा निरपेक्ष मनुष्य सबंध नाटकात एकही आढळत नाही. तह करावा म्हणणारे व करायला लावणारे सगळे लोक शत्रूला फितूर झालेले असे दाखविले आहेत. त्यामुळे तहाचा पुरस्कार करणारी देशभक्ती व तरवारीचा पुरस्कार करणारी देशभक्ती यांमधील सात्त्विक विरोध नाटकात कोठेच दिसत नाही. सौदामिनी, तिचे उपग्रह यांच्या तोंडी तहाचे तत्त्वज्ञान नाटककर्त्याने घातले असले, तरी ती पात्रे बोलूनचालून नीच असल्यामुळे वाघाने अहिंसेवर दिलेल्या प्रवचनापेक्षा त्याचा अधिक उपयोग होत नाही. नाटकातील बौद्धिक विरोधाचे वातावरण रंगवायला तेजस्विनीच्या विरुद्ध बाजूला सात्त्विक देशभक्तीने प्रेरित होणारे एखादे तरी पात्र पाहिजे होते. चांगले व वाईट उघड उघड दिसत असले, तर प्रेक्षकांचे मन द्विधा होत नाही अगर त्यांच्या हृदयात झगडा सुरू होत नाही; पण दोन योग्य मार्गांत श्रेयस्कर कोणता, हा कूट प्रश्न सोडविणे नेहमीच कठीण असते.

'किं कर्म किमकर्मेति' अशी प्रेक्षकांच्या मनाची स्थिती होण्यासारखे नाजूक स्वभावरेखन 'रणदुंदुभि'त नाही. विलासमग्न भ्याड कंदर्पाची कीव करून वाचक तत्काळ तेजस्विनीचे कौतुक करू लागतात.

नाटककार हा एक दृष्टीने गारुडीच आहे. आंब्याच्या कोयीतून गारुडी पाच अंकांत सुंदर झाड निर्माण करतो, तर नाटककार जवळजवळ तेवढ्याच अंकांत थोड्याशा गृहीत गोष्टींतून एक नवे जग निर्माण करतो. गारुड्याने रस्त्यावरली पाने गोळा करून आपल्या आंब्याच्या झाडाला ती चिकटविणे जसे चतुराईचे नाही, तसेच नाटककारानेही कथानकाचा प्रवाह सुरू झाल्यानंतर त्यात सोयीसाठी वाटेल ते प्रसंग कल्पिणे योग्य होणार नाही. नाट्यविकास भूमितीतील प्रमेयाप्रमाणेच होणे इष्ट असते. आकस्मिक गोष्टीचा आश्रय करायचा असला, तर सर्व दुष्ट पात्रे भूकंपात कोणीही गडप करून टाकू शकेल. (या देखाव्यामुळे एक ट्रॅन्स्फर सीन अधिक दाखवायला मिळेल, हा फायदा निराळाच.) चवथ्या अंकाच्या शेवटी बंदिवान कंदर्प पळून गेल्याची बातमी येते, पण त्याने आपली सुटका कशी करून घेतली, या विषयी नाटककार मुग्धच आहेत! तुरुंगातून कैदी पळून गेल्याच्या गोष्टी सध्याच्या सुव्यवस्थेच्या काळात 'यात नवल ते काय' असा सवाल करतील, पण नाटकातील नायकासारखे महत्त्वाचे पात्र अशा रीतीने सुटणे म्हणजे नेपोलियनने सेंट हेलिना बेटातून पळून जाणेच होय. स्वातंत्र्ययुद्धाची दुंदुभी वाजविणाऱ्या कदंब-सैन्याने आपल्या राजाला सोडविले असणे शक्य आहे, पण सैन्याला ही युद्धाची हुक्की पहिल्या अंकाच्या शेवटी न येता नंतर तीन अंकांनी येते, याचे कारण काय? 'हतो वा प्राप्स्यसि स्वर्गं जित्वा वा भोक्ष्यसे महीम्' असा उपदेश ओजस्विनी तेजस्विनी राजाला करीत असताना कदंबसैन्याचा ज्वालामुखी स्वस्थ होता; कदंब-ध्वज पदच्युत होऊ नये, म्हणून तेजस्विनी व धीरसिंह इतरांचा प्रतिकार करीत असताना कदंब-सैन्याचा सागर शांत होता; पण दोन अंक जाताच या ज्वालामुखीचा स्फोट होतो व या सागरावर भयंकर तुफान होते. तिसऱ्या अंकाच्या शेवटी जागृत झालेला कंदर्प 'मरू किंवा मारू' अशा प्रकारचे निर्वाणीचे उद्गार काढीत असताना राजसभेतील सर्व सभासद त्याला युवराजाच्या अंकित होण्याचा उपदेश करतात. या गोगलगाई एकदम वाघासारख्या डरकाळ्या फोडू लागतात, ही आश्चर्याची गोष्ट नव्हे काय? तेजस्विनी स्वतंत्र असताना तिला लोकांत जी जागृती उत्पन्न करता आली नाही, ती तुरुंगात असताना झाली, असे मानावयाचे असल्यास गांधीजींच्या तुरुंगवासाचे ताजे उदाहरण सर्वस्वी त्याच्या विरुद्ध आहे. दुबळ्या लोकांचा पुढारी हाच प्राण असतो; तो दूर गेला वा नेला की, अनुयायी नकळत निर्जीव होतात.

जंगली लोकांच्या साहाय्याने कंदर्प मातंगांचा पराभव करतो, असे शेवटी

दाखविले आहे. 'प्रेमशोधन'मधील कंदन इंद्रजाल हे नाव धारण करून जशी कृती करतो, तशीच ही आहे. सबंध नाटकात या जंगली लोकांसंबंधाने एक अवाक्षरही आले नसताना त्यांना पकडसमन्स काढून शेवटी एकदम रंगभूमीवर हजर करण्यात नाटककाराने काहीच कौशल्य दाखविले नाही, असे म्हणणे भाग आहे. नावावरून व मातंग युवराजाच्या पोशाखावरून मातंगच कदंबापेक्षा अधिक रानटी दिसतात. मग जंगली लोक मातंगांना सोडून कदंबांना का मिळाले? कंदर्पाने तरी या लोकांवर असे काय पर्वतप्राय उपकार केले होते की, त्यातून ही साहाय्याची गंगा एकदम उमटली? जंगली लोकांचे खऱ्याखुऱ्या राजांना कितपत साहाय्य होत होते, ते फक्त इतिहासालाच माहीत; पण ते नाटककाराला होते, हे मात्र खरे! कारण हे जंगली लोक जर वीर वामनरावांच्या साहाय्याकरिता १५७ पृष्ठावर धावून आले नसते, तर १५९ पृष्ठावर कदंब स्वतंत्र कसा झाला असता? ईश्वराच्या इच्छेवाचून या जगात एक पानदेखील हालत नाही असे म्हणतात. पण नाटककार मात्र आपल्या इच्छेप्रमाणे जंगलेदेखील हालवतात! जंगली लोकांच्या साहाय्याने मातंगांशी युद्ध करू या, अशी तेजस्विनीने पहिल्या अंकात कल्पना काढली असती, तर हा भाग काहीतरी शोभून गेला असता.

युवराजापाशी न्यायाध्यक्ष व न्यायसभा तेजस्विनीला दोषी ठरविण्याच्या शपथा घेतात व म्हणूनच न्यायाचे नाटक करण्याची तो परवानगी देतो, परंतु न्यायसभा आयत्या वेळी युवराजावर उलटते व रामशास्त्र्यांच्या निःस्पृहपणाने तेजस्विनीला निर्दोषी ठरविते. 'ज्या गावच्या बोरी त्याच गावच्या बाभळी' या न्यायाने कदंब-न्यायसभेकडून कदंब-राजसभेप्रमाणे दुबळेपणाचेच वर्तन होणार, अशीच वाचकांची अपेक्षा असते. कंदर्प शत्रूच्या पदरात राज्य टाकीत असताना त्या अन्यायाचा प्रतिकार न करता जी न्यायसभा सुखाने झोपी गेली होती, ती याच वेळी जागी होऊन सूर्याप्रमाणे आपले बारा डोळे उघडते. प्रवेश परिणामकारक करण्याकरिता या न्यायदानाची तजवीज झाली असली, तरी त्याला आगापीछा नसल्यामुळे हे सारे कृत्रिम दिसते. मध्येच चमकून जाणारा धीरसिंह, मुचकुंदाप्रमाणे एकदम जागे होऊन परक्या सत्तेच्या दडपणाला भस्मसात करणारे न्यायाधीश इत्यादी पात्रे तेजस्विनीच्या पक्षाला पोषक म्हणून मूळपासून चितारली असती, तर हा प्रसंग आकस्मिक वाटला नसता.

तथापि 'राक्षसी महत्त्वाकांक्षे'पेक्षा 'रणदुंदुभि'त पात्रे, प्रसंग व विषय यांची एकसूत्रता अधिक साधली आहे, यात संशय नाही. मुंबईतल्या एखाद्या सातमजली चाळीत किती बिऱ्हाडे असतात, याची जशी एकदम मोजदाद करता येत नाही व त्या एकाच चाळीत जसे 'क्वचित वीणावाद्यं क्वचिदपिच हा हेति रुदितम्' हे संसाराचे संपूर्ण प्रतिबिंब दृग्गोचर होते, तसे 'राक्षसी महत्त्वाकांक्षा' नाटकाचे

आहे. ते नाटक म्हणजे एक तुफान दर्या आहे. त्यात देवमाशांबरोबर रत्ने, खडकांबरोबर फेसाळ लाटा, तुषारयुक्त गार वाऱ्याबरोबर फुटक्या होड्यांचे तुकडे ही सर्व हातात हात घालून तरंगत आहेत. 'रणदुंदुभि'चे तसे नाही. त्यातील सर्व प्रसंग कदंबाच्या एका केंद्राभोवतीच भ्रमत आहेत व त्यामुळे ते सुसंबद्ध झाले आहेत.

'रणदुंदुभि'च्या कथानकाची रूपरेषा वाचताच 'राजाचे बंड' डोळ्यांपुढे उभे राहते. कंदर्प व कुमारसिंह, तेजस्विनी व वत्सला, सौदामिनी व मायावती या जोड्या व त्यांचे परस्परसंबंध तत्त्वतः सारखेच आहेत. वत्सलेच्या निर्भत्सनेने कुमारसिंहाचे डोळे उघडतात, त्याप्रमाणे 'स्वातंत्र्यवीरालाच माझे पाणिग्रहण करण्याचा हक्क आहे' या तेजस्विनीच्या रोखठोक जबाबाने कंदर्प शुद्धीवर येतो. सौदामिनीच्या जाळ्यात कंदर्प, तर मायावतीच्या जाळ्यात कुमारसिंह सापडलेला असतो व शेवटी दोघेही त्या जाळ्याचे पाश तटातट तोडून मुक्त होतात. या दोन्ही नाटकांत मुख्य फरक हाच की, राजाच्या बंडातील राजा डोळे उघडताच प्रजेची खरीखुरी स्थिती पाहू लागतो व 'रणदुंदुभि'तील राजा जागृत होताच अपमानाच्या गादीपेक्षा स्वाभिमानाच्या चितेवर शयन करणे श्रेयस्कर, असे ठरवतो. 'तेजस्विनी'चे चारित्र्य पाहत असताना बर्नार्ड शॉ यांच्या 'सेंट जोन'ची पुसट आठवण होते. तेजस्विनी जोनसारखी आहे, तर कंदर्प थोडाफार डॉफिनसारखा आहे. मात्र शॉचे मार्मिक स्वभावपृथक्करण तेजस्विनीत मुळीच नाही.

या स्थूल साम्यावरून मराठी नाटकातील स्वभावरेखन किती स्थूल असते, याची सहज कल्पना करता येते. पुरुष असो वा बायको असो, ती एका गुणाची अगर अवगुणाची पुतळी असली, म्हणजे झाले. बिचाऱ्यांच्या हृदयात सत् व असत् यांचा कधी झगडाच होत नाही. सगळी मंडळी शंभर नंबरी! नायक-नायिकांना कधी मोह पडायचा नाही, विनोदी पात्रांना कधी शहाणपण सुचायचे नाही वा दुष्ट पात्रांना कधी सद्बुद्धी आठवावयाची नाही. मनुष्याचे मन म्हणजे एक अगम्य मिश्रण आहे, ही गोष्टच लेखकांच्या गावी नसते. 'रणदुंदुभि'तील तेजस्विनीच्या मनात खड्ग व प्रणय यांचा झगडा होत नाही अगर सौदामिनीच्या मनात कंदर्पावर उलटणे म्हणजे दूध घालणाऱ्याला चावणाऱ्या सापाचे अनुकरण करणे असा किंतु देखील येत नाही. यंत्राप्रमाणे ठरावीक गुणानुसार नाटककारांची पात्रे वागतात व त्यामुळे खऱ्याखुऱ्या जगात एकमेकांच्या स्वभावांचे एकमेकांवर जे परिणाम होतात, त्यांचा मागमूस देखील नाटकात लागत नाही. तेजस्वीपणाच्या दृष्टीने वीर वामनरावांची तेजस्विनी चांगली उतरली आहे. प्रतापादित्याच्या पवित्र समाधीपुढून सौदामिनीला सोडचिठ्ठी देण्याच्या बेताने कंदर्प येतो व लगेच हां हां म्हणता 'रतिरंगरंगिणी' म्हणून तो सौदामिनीच्या पायांशी लीन होतो

(पृष्ठ ६२). त्याला इतका चंचल दाखवायला नको होता. दुसऱ्या अंकाच्या शेवटी स्वत:चे निशाण उपटून टाकताना त्याचे हृदय पेटत नाही. इतकेच नव्हे, तर त्याला हळहळीची झळ देखील लागत नाही, हे अस्वाभाविक आहे. त्याचा विकास असावा तितका प्रमाणबद्ध नाही! सौदामिनी हृदयहीन दाखविली आहे. कालकूट, हालाहल वगैरे मंडळींसंबंधाने तर बोलावयासच नको. नाटककारांनी त्यांची नावेच अशी ठेवली आहेत की, ती घेण्याचे धाडस देखील जिभेने करू नये.

मातंग युवराजाचा मुत्सद्दीपणा वीर वामनरावांनी मार्मिकपणे रेखाटला आहे. कदंब-देश घशाखाली घालावयाचा असताना नुसता हात लावून तो परत देण्याची त्याची तयारी, सौदामिनीसारख्या नागिणीला आपल्या मंत्राप्रमाणे नाचविण्याचे त्याचे कौशल्य व भर दरबारात कंदर्पाच्या शेपटीवर पाय देऊन त्याच्या हातांतील राज्य घेण्याचा त्याचा डाव, ही राजनीतिरूपी वारांगनेची सर्वच सर्व काळी आढळणारी मोहक, पण घातक रूपे आहेत.

नाटकाचा शेवट परिणामकारक करण्याकरिताच की काय, कंदर्पाच्या छातीवर नाटककर्त्यांनी वार करविला आहे. कंदर्पाच्या पूर्वपापाबद्दल नाट्यनीतीच्या नियमाप्रमाणे त्याला हे शासन मिळाले असेल, तर शिशुपाल, पशुपाल, इत्यादी मंडळींचे नशीब कर्त्यांनी गुलदस्त्यातच ठेविले आहे! शिवाय कंदर्पाला पूर्वपापाबद्दल शिक्षा देता देता त्यांनी तेजस्विनीला तिच्या पूर्वजन्मीच्या पापाबद्दलच की काय, विवाहमुहूर्तावरच विधवा केली आहे! पतीच्या हातात हात देऊन लगेच तो कपाळाला लावण्याचे जर त्यांनी तेजस्विनीच्या कपाळी आणले नसते, तर काही फारसे बिघडले नसते. 'राक्षसी महत्त्वाकांक्षे'तील मृणालिनी व सरोजिनी या दोघी मिळून एक मूर्ती निर्माण करण्याच्या महत्त्वाकांक्षेने जर त्यांनी तेजस्विनीवर हा प्रसंग आणला असेल, तर तो स्तिमित करणारा (sensational) असला, तरी फारसा योग्य खास नाही.

शिशु व पशु यांच्या साहाय्याने त्यांनी या नाटकात विनोद उत्पन्न करण्याचा प्रयत्न केला आहे. प्रत्येक वाक्यानंतर 'भोलेनाथ' म्हणण्याची पशुपालाची सवय मत्स्यगंधेतील 'हा - ही - हे -'च्या लायकीचीच आहे. व्यावहारिक दृष्टान्त व म्हणी वापरण्याची त्याची हौस कोल्हटकरांच्या भृंगीपासून उचलली आहे. मात्र स्वत:ला कुंभाराचे गाढव म्हणून सौदामिनीच्या आश्रयाला कुंभारवाडा म्हणणाऱ्या या गाढवाच्या तोंडी लागून सौदामिनी लाथा का खाते, तेच कळत नाही. हालाहल हे पात्र 'प्रेमशोधन'मधील तडागाची 'पुण्यप्रभावा'तील सुधारून वाढविलेली आवृत्ती जो कंकण, त्याच्या नमुन्याने आहे. लष्करी शिस्तीचा हा तरवारबहाद्दर व पशुपाल-शिशुपालसारखे जिभलीबहाद्दर यांच्या संभाषणात प्रस्तुत परिस्थितीचा विनोदी उपहास आढळतो व काही ठिकाणी तो बरा साधला आहे. परंतु विनोदी

प्रसंग, उत्तम कोटी अगर सुंदर नर्मविनोद यांपैकी एकही सबंध नाटकात आढळत नाही. कोटीच्या निष्फळ प्रयत्नाचे खालील उदाहरण पाहावे.

शिशु : जित्याची खोड मेल्याशिवाय जात नाही, हेच खरे.

पशु : आणि मेल्याची खोड जित्याशिवाय जाते कोठे? कोणताही मेलेला पुन: जन्माला आल्याशिवाय आपले थडगे (पशुपाल मुसलमान होता की ख्रिश्चन होता?) सोडून बाहेर थोडाच पडतो?

नाटकाचे गद्य मधुर नसले, तरी सर्व गंभीर प्रवेशांत अत्यंत आवेशपूर्ण आहे. प्रतापादित्याच्या समाधीपुढील कंदर्प-तेजस्विनीचा संवाद, कदंब-ध्वज काढून टाकण्याच्या वेळची धीरसिंह व तेजस्विनी यांची भाषणे, मातंग युवराजाच्या मुत्सद्दी प्रश्नांना तेजस्विनीने दिलेली धीरोदात्त उत्तरे, तेजस्विनीची न्यायसभेतील वकिली इत्यादी प्रसंगी भाषा ओजस्वी असून तिने वीररसाचा सुंदर उठाव केला आहे. कल्पनांचे बौद्धिक (intellectual) व काव्यमय (Imaginative) असे दोन वर्ग करता येतात. 'रणदुंदुभि'तील गद्यात मात्र कोणत्याही प्रकारच्या कल्पना फारशा नाहीत. मात्र तोतरे बोलणाऱ्या माणसासारखी अर्थहीन अनुप्रासांची भाषा नाटककारांनी आपल्या पात्रांच्या तोंडी घातली नाही, याबद्दल त्यांचे अभिनंदनच केले पाहिजे. गद्यात फारशी शब्द बरेच पेरले असून काही ठिकाणी ते वीररसाला पोषकही झाले आहेत, पण त्यांची मुबलक पेरणी पाहून बॅ. सावरकरांना मात्र नाटककार म्हणजे मराठी नाट्यदेवीचा खून करणारा दुसरा अब्दुल रशीदच होय, असे वाटण्याचा संभव आहे! फारशी शब्दांच्या जोडीला इंग्रजीतून आलेले बाटली, डफर वगैरे शब्दही नाटककर्त्यांनी या समरांगणात सोडले आहेत!

'रणदुंदुभि'तील संगीत म्हणजे नगाऱ्याच्या धूमधडाक्यात मंजुळ आवाज काढणारी बासरी होय. व्यवहारात 'रणदुंदुभि'चा व संगीताचा छत्तिसाचा आकडा असतो, पण तो त्रेसष्टावा झाल्यावाचून रंगभूमीवर 'रणदुंदुभि' यशस्वी होणार नाही, म्हणून दुंदुभिला तीस पदांची जोड देण्यात आली आहे. पदांत गज्जल बरेच असल्यामुळे त्यांपैकी काहींत वीररस चांगला साधला आहे. 'परवशतापाश', 'स्वातंत्र्य हेच ज्याचे', 'जगी हा खास वेड्यांचा', इत्यादी पदे सरस व परिणामकारक आहेत. मात्र गज्जलांत काही काही ठिकाणी पाय मोडण्याचा प्रसंग येतो, परंतु कदंब-मातंगांच्या महायुद्धात सापडल्यामुळे या मोडलेल्या पायांबद्दल त्यांना फारसे वाईट वाटणार नाही.

'आपल्या योजनेची रूपरेषा तरी मला समजून द्या.' असली वर्तमानपत्री थाटाची भाषणे, युवराज सौदामिनीबद्दल नाटकशाळेचा ग्राम्य प्रतिशब्द वापरीत असताना तिने स्वत:ला 'राजबाला' (पृष्ठ ५६) म्हणवून घेणे इत्यादी किरकोळ दोषही पाहू गेल्यास 'रणदुंदुभि'त सापडतील. परंतु हे सर्व दोष मान्य केले, तरी

कर्त्याने प्रस्तावनेत म्हटल्याप्रमाणे ही कृती दोषपूर्ण आहे, असे आम्हांला वाटत नाही. स्वातंत्र्याचा जळजळीत संदेश रसरशीत भाषेने व रखरखीत प्रसंगांनी व्यक्त करण्याचे सामर्थ्य कर्त्याने 'रणदुंदुभि'त प्रकट केले आहे. नाटकाला रंग भरण्याची कलाही त्यांनी चांगलीच हस्तगत करून घेतली आहे. प्रतापादित्याच्या समाधीपुढील कंदर्प-तेजस्विनीचा संवाद, युवराज-तेजस्विनींची भेट, तेजस्विनीची चौकशी, तेजस्विनीला तोफेच्या तोंडी देण्याचा हुकूम युवराजाच्या तोंडातून बाहेर पडतो-न पडतो, तोच कंदर्पाने येऊन त्याला यमसदनाला पाठविणे इत्यादी प्रसंग हृदय उचंबळविणारे व नाटकाला रंग चढविणारे आहेत. त्यांच्या योजनेत कर्त्याचे रंगभूमीचे मार्मिक ज्ञान स्पष्टपणे प्रत्ययाला येते. सर्व नाटकात थोड्याशा स्वगत वाक्यांखेरीज वेड्याच्या बडबडीसारखी वाटणारी निष्कारण स्वगत भाषणे मुळीच नाहीत, ही आनंदाची गोष्ट आहे. नाटककाराचे खरे कौशल्य संवादांतच असते व ते 'रणदुंदुभि'च्या कर्त्यांनी तिसऱ्या अंकाच्या पहिल्या प्रवेशात उत्तम रीतीने प्रकट केले आहे. नवकल्पनायुक्त सुभाषिते वीर वामनरावांच्या लेखणीतून उतरत नसली, तरी 'गुलामगिरी व मरण ही सख्खी भावंडे आहेत', 'सहस्रावधी करांनी सागरास मिठी मारणाऱ्या भागीरथीप्रमाणे स्वातंत्र्यगंगेचा उगमही टीचभर लांबीरुंदीच्या क्षेत्रातच होत असतो', 'जगातील सर्व महत्कार्याचा उदय वेडाच्या उदरीच झालेला आहे' इत्यादी सुंदर सत्ये ती चटकदार रीतीने व्यक्त करते.

वीर वामनरावांची भाषा आवेशपूर्ण आहे. वीररसावर त्यांचे असामान्य प्रभुत्व आहे. देशहिताचा ध्यास घेतलेल्या देशसेवकांपैकी ते एक आहेत. रंगदेवता प्रसन्न करण्याची हातोटी त्यांना चांगली साधली आहे. हे सर्व गुण 'रणदुंदुभि'त पूर्णपणे दृग्गोचर होतात. कलादृष्टीने या नाटकात आलेले दोष ते आपल्या पुढील कृतीत टाळून महाराष्ट्राला वीररसपरिपूर्ण सुंदर नाटकांनी जागृत व स्वातंत्र्योत्सुक करतील, अशी आशा बाळगून आणि 'रणदुंदुभि'पुढे ही टीकेची टिमकी वाजविण्याचे धाडस केल्याबद्दल त्यांची क्षमा मागून मी 'रणदुंदुभि'चा निरोप घेतो. पूर्वी युरोपात टीकाकाराला ग्रंथकार द्वंद्वयुद्धाचे आव्हान करीत असत. महाराष्ट्रात ती रूढी आज असती, तर मात्र 'रणदुंदुभि'वर टीका लिहिण्याचे धाडस लेखकाच्या हातून झाले नसते, हे जाता जाता कबूल करायला हरकत नाही.

१९२७

सिंधुदुर्ग ते यशवंतगड

माझ्या लेखाचा मथळा वाचून वाचक मनात म्हणतील, 'खाशी युक्ती काढली खांडेकरांनी. परस्पर दोन किल्ल्यांचा पाहुणचार घेण्याचा हा सल्ला मोठा मुत्सद्दीपणाचा दिसतो! दोन्ही घरचा पाहुणा उपाशी, हा जिथे नित्याचा अनुभव, तिथे दोन किल्ल्यांचा पाहुणा म्हणजे किल्ल्यावरच पाहुण्याची समाधी बांधायची पाळी यायची!'

प्रवासी पाहुण्यांना या किल्ल्यांचा हवाला देण्यात मी गनिमी कावा लढवीत आहे, असे मात्र मुळीच नाही. गरीब यजमान पाहुण्यांच्या सोयीसाठी शेजारच्या वस्तू जशा उसन्या आणतो, त्याप्रमाणे खेडेवजा शिरोड्यात राहणाऱ्या माझ्यासारख्या माणसाने मालवणापासून शिरोड्यापर्यंतच्या टापूत प्रवाशांना फिरविले, तर ते काही विशेष गैर होणार नाही.

सिंधुदुर्ग

बोटीने अगर मोटारने पाहुणे मंडळी मालवणला आली की, त्यांचे पहिले काम सिंधुदुर्ग पाहणे हे आहे. क्षणभर मालवण हिंदुस्थान मानले, तर सिंधुदुर्ग सिंहलद्वीपासारखा वाटतो. रामरायांनी समुद्रावर दगड तरवून जसा सेतू बांधला, त्याप्रमाणे शिवरायांनी समुद्रात बांधलेला हा भव्य किल्ला आहे. मालवणहून होडीत बसून घटकेत किल्ल्याकडे जाता येते. कोटाच्या आतल्या खिशाप्रमाणे किल्ल्याचे प्रवेशद्वार आहे. अगदी जवळ गेल्यावरच ते दिसू लागते. किल्ल्यात प्रवेश केल्यानंतर लगेच घरे लागतात. सिंधुदुर्ग म्हणजे एक लहानसे खेडेच आहे. तेथील मुलांकरिता एक छोटीशी शाळा देखील दुर्गात आहे.

माडांची झाडे पाहत प्रवासी शिवाजीच्या देवळापाशी येतो. देऊळ बऱ्यापैकी आहे. या देवळात काय अगर त्याच्या पलीकडे असलेल्या भवानीच्या देवळात काय, दृष्टीला पडणारा विशेष म्हणजे पाहायला आलेल्या लोकांनी कोळसा व

पेन्सिल यांनी भिंतीवर केलेले नामलेखन हा होय. समुद्राच्या वाळूत नाव लिहिले, तर ते क्षणार्धात बेपत्ता होते, म्हणूनच हे प्रसिद्ध पुरुष आपल्या महत्त्वाच्या लेखनासाठी अशा जागा निवडून काढीत असावे! किल्ल्यात ऐतिहासिक स्मृती करून देणारे पुसट अवशेष कुठे कुठे दृष्टीस पडतात. विहिरींची नावे 'दूधबाव' व 'साखरबाव' अशी आहेत. दूधबावीचे पाणी आधुनिक गवळ्याच्या देखरेखीखाली तयार झालेले दिसते. साखरबावीतली साखरही बोलाचीच असावी! किल्ल्याचा तट फिरून फिरून प्रवासी दमला की, या दोन्ही बाबींपेक्षा 'चहाबाव' इथे असती, तर बरे झाले असते, असे त्याला वाटू लागते.

किल्ल्याचा तट उंची, रुंदी व घेर या सर्वच दृष्टींनी प्रेक्षणीय आहे. किल्ल्याच्या पायाशी समुद्र खेळत असल्यामुळे तटावरून संध्याकाळी दिसणारी शोभा अवर्णनीय, निदान मला वर्णन करता येत नाही, म्हणून तरी असते, असे म्हणायला हरकत नाही. किल्ला पाहायला आलेल्या मंडळींत एखादा कवी किंवा नाटककार असला, तर इतर बरोबरच्या मंडळींनी मराठी वाङ्मयात लवकरच भर पडणार, याची खात्री बाळगावी! गडकऱ्यांनी 'राजसंन्यासा'च्या पहिल्या प्रवेशाची मांडणी याच जागी केली आहे. तट उतरून खाली असलेल्या पश्चिमाभिमुख लहानशा द्वाराने मनुष्य बाहेर पडला की, लाटांच्या खेळात तो दंग होऊन जातो. तटाच्या एका टोकाला शिवाजीच्या हातापायांचे ठसे दाखविण्यात येतात. या ठशांची ऐतिहासिक किंमत पंढरपूरला दाखविण्यात येणाऱ्या जनाबाईच्या वस्तूंपेक्षा फारशी अधिक नाही.

सिंधुदुर्गाहून परत येऊन मालवण शहर पाहायला निघाले की, चटकन एक गोष्ट लक्षात येते. सागर या शहराचे मस्तक मांडीवर घेऊन त्याला कुरवाळीत असल्यामुळे त्याला अनुपम सौंदर्य प्राप्त झाले आहे. किनाऱ्यावर बसून सिंधुदुर्ग व सूर्यास्त पाहा, राजकोटावर जाऊन सागरलहरींच्या नर्तनाचे अवलोकन करा, चांदण्या रात्री आरसेमहालाच्या बाजूला फिरायला जाऊन त्या स्थळाचे ते नाव किती सार्थ आहे, याचा अनुभव घ्या अगर पारशाच्या पाषाणमय खुर्चीवर बसून राहा. सर्व ठिकाणी समुद्र नृत्यगायन करणाऱ्या सुंदर लहरींचा मेळा घेऊन प्रेक्षकांच्या सेवेला सादर होतो.

देसाई हायस्कूल, कन्या शाळा, भंडारी स्कूल, मुलामुलींच्या मराठी शाळा, शारदोपासक मंडळ इत्यादी संस्था मालवणातील शिक्षणप्रसार दर्शवितात, तर समुद्रात डौलाने डुलत राहणारी गलबते त्यांच्या व्यापाराचा विस्तार सिद्ध करतात. नाट्यभक्त व डॉक्टर, वाङ्मयभक्त व वकील इत्यादी विरोधाभासांची उदाहरणेही या सुंदर शहरात आढळतील. मालवणापासून शिरोड्यापर्यंत गतवर्षी

कायदेभंगाची चळवळ अत्यंत यशस्वी रीतीने झाली.

दे. भ. अप्पासाहेब पटवर्धन

या चळवळीचे नेतृत्व दे.भ. पटवर्धन यांजकडे आहे. महात्माजींसारखी कृश दिसणारी त्यांची मूर्ती पाहणे आणि मालवणच्या शिबिरात जाऊन त्यांच्या संभाषणाचा लाभ घेणे या गोष्टी प्रवाशाच्या दृष्टीने काही कमी फायद्याच्या नाहीत. दे.भ. पटवर्धनांप्रमाणे वेंगुर्ल्याला 'गांधीआश्रम' चालविणाऱ्या दे.भ. वालावलकरांनीही राष्ट्रकार्याला सर्वस्व वाहिले आहे. या दोन तत्त्वनिष्ठ कार्यकर्त्यांविषयी कितीतरी लिहिता... हो, पण मी विसरलोच. मी प्रवासवर्णन लिहीत आहे. स्वभावचित्रांची ही जागा नव्हे.

फकीर व गुरू

मालवणाहून मोटारने सावंतवाडीला यायला निघाले की, वाटेत धामापूरचा भव्य व सुंदर तलाव लागतो. हा तलाव इतका मोठा आहे की, त्याच्यावरून 'चुकलं माकलं गुरू धामपूरच्या तळ्यात' अशी 'चुकला फकीर मशिदीत' या अर्थाची म्हण इकडच्या प्रांतात रूढ झाली आहे. धामापूरकडे डोंगर उतरून येताना वळणावळणांनी वाहणारी नदी व वनश्रीने नटलेली दरी यांचे अप्रतिम सौंदर्य दिसते. धामापूरहून नेरूरच्या पारावर येऊन नदी ओलांडली की हां हां म्हणता कुडाळ येते. ऐतिहासिकदृष्ट्या कुडाळला फार महत्त्व आहे, ते तेथील 'घोडेबावी'वरूनसुद्धा दिसून येईल, पण आमचे पाहुणे इतिहाससंशोधक असण्याचा संभव असल्यामुळे त्यांनी सहा मैलांवर असलेल्या वालावलीला जाऊन तेथील लक्ष्मीनारायणाचे भव्य देवालय आणि त्याच्या मागचा सुंदर तलाव पाहावा आणि तडक सावंतवाडीची वाट सुधारावी, हे बरे.

सावंतवाडी

सावंतवाडीत मोटारी तळावर थांबतात. कधी काळी सावंतवाडीच्या सैन्याचा तळ या जागी होता की काय, हे ईश्वराला किंवा इतिहाससंशोधकालाच माहीत! मोटारीचे आगमन होण्यापूर्वी ही जागा सारवटी व खटारे यांनी गजबजून गेलेली असे. चहाने गूळपाण्याला जसे पदच्युत केले, त्याप्रमाणे मोटारीचे रणशिंग ऐकताच बिचाऱ्या सारवट गाड्यांनीही पळ काढला! एका बाजूला प्रवाशांची तळ देण्याची व्यवस्था (अर्थात खानावळ) व दुसऱ्या बाजूला भव्य तलाव असल्यामुळे

'मोटारींचा तळ' हा शब्दप्रयोग भाषायुक्त व व्युत्पत्तिशास्त्रज्ञ यांना अधिक आवडण्याचा संभव आहे.

मोतीतलाव

हा सुंदर तलाव हे नगररचनेच्या दृष्टीने सावंतवाडीचे हृदय आहे. मोटारींचा तळ, मुलींची शाळा, हर तऱ्हेचे स्टोअर्स व भांडारे, नगरवाचनालय, राजवाडा, दवाखाना, हायस्कूल, इत्यादी बिंदू जोडणारे वर्तुळ काढले, तर त्याचा मध्यबिंदू या तलावात बहुधा ज्या जागी मोती सापडल्यामुळे त्याला 'मोतीतलाव' हे नाव मिळाले, त्याच जागी आहे, असे म्हणण्याला हरकत नाही. प्रशांत चांदणी रात्र असावी आणि भरलेल्या मोतीतलावाच्या काठावर एखाद्या रसिकाला आणावे. घटकाभरात त्याला काव्यस्फूर्ती झाल्यावाचून राहायची नाही पण....

कवीविरुद्ध डॉक्टर

सावंतवाडीचे 'सुंदरवाडी' हे नाव जसे मागे पडले, त्याप्रमाणे काव्यस्फूर्ती देण्याची या तलावाची शक्तीही लोपत चालली आहे. गेल्या दहा वर्षांत सर्व लोक याच्याकडे कवीच्या दृष्टीने न पाहता डॉक्टरच्या डोळ्यांनी पाहू लागले आहेत. इंद्राच्या पाठीमागे लपून बसलेल्या तक्षकाप्रमाणे या तळ्याच्या पोटात मलेरिया दडून बसला आहे की काय कोण जाणे! पण तलाव भरला की, हिवतापाला भर येतो, असे तज्ज्ञांचे मत असावे! यामुळे हा तलाव मधूनमधून अगदी कोरडा करण्यात येतो. निर्जल स्थितीत त्याच्याकडे पाहिले की, 'मृच्छकटिक' नाटकातल्या चारुदत्ताची आठवण होते!

दोन महाराज

सावंतवाडी संस्थानचे नाव महाराष्ट्राला परिचित असल्यामुळे येथे आल्यानंतर आपल्या सद्गुणांनी आकर्षित करणाऱ्या श्रीमंत बापूसाहेब महाराजांचे दर्शन घेण्याची इच्छा प्रवाशाला होणे स्वाभाविकच आहे. श्रीमंतांचा साधेपणा, सौजन्य व प्रजाहिताची कळकळ असामान्य आहेत. 'संस्थान' शब्दाची व्युत्पत्ती अनेकदा ज्यात एकही संस्था नाही, ते संस्थान, अशी करण्यात येते; पण सावंतवाडी संस्थानचे अधिपती हीच एक नमुनेदार चीज आहे, यात संशय नाही! एका म्यानात दोन तरवारी आणि एका संस्थानात दोन महाराज असू शकत नाहीत, हे खरे! पण सावंतवाडी संस्थान या नियमाला अपवाद आहे. सावंतवाडीहून नऊ

मैलांवर असलेल्या दानोली गावात 'साटम महाराज' राहतात. त्या महाराजांच्या दर्शनाला जाणारी मंडळी काही थोडीथोडकी नाहीत. साटम महाराज भविष्य जाणू शकतात की नाही, दुसऱ्याचे मनोगत अचूक ओळखतात किंवा काय इत्यादी गोष्टींसंबंधाने परस्परविरोधी विधाने ऐकू येतात; पण एक गोष्ट मात्र नक्की आहे की, नारायण महाराजांप्रमाणे ते राजयोगीही नाहीत आणि सिद्धारूढ स्वामींप्रमाणे पश्चात कोर्टात दावे जाण्याइतकी संपत्ती तर लांबच राहिली, पण एक कवडीदेखील त्यांच्यापाशी नाही!

हत्तीच्या पाठीवरील अंबारीप्रमाणे मुंगीच्या तोंडातील साखरेचा कणही प्रेक्षणीय असतो, असे ज्यांना वाटत असेल, त्यांनी कोकणातील संस्था अवश्य पाहाव्यात! मात्र पुण्या-मुंबईच्या संस्था पाहून ज्यांचे डोळे दिपले आहेत, त्यांच्या डोळ्यांत इकडल्या संस्था कितपत भरतील, याची शंकाच आहे. तथापि सावंतवाडीत प्रसूतिगृह, मराठा बोर्डिंग वगैरे अनेक लोकोपयोगी संस्था चालल्या आहेत. राजवाडा व कचेऱ्या पाहायच्या असल्यास फार लांब जावे लागत नाही. संस्थानच्या देवाचे नाव 'पाटेकर' असून इतिहास व धर्म यांच्या संशोधकांना त्यापासून निःसंशय चालना मिळेल. सावंतवाडीच्या एका बाजूला मैल-दीड मैलावर चिवा डोंगरी असून तिच्यावर सावंतवाडीचा पाण्याचा साठा आहे. दुसऱ्या बाजूला नरेंद्र डोंगर उंच मान करून या चिमुकल्या शहरात चाललेल्या हालचाली कौतुकाने पाहत आहे.

रंगीत सामान

सावंतवाडी लाकडी फळफळावळ व इतर सामान यांबद्दल सुप्रसिद्ध आहे. आपल्या प्रवासाची समाप्ती इथेच होऊ नये, अशी इच्छा असल्यास प्रवाशाने थोडेच पैसे घेऊन असल्या दुकानात पाऊल टाकावे! नाहीतर एक एक वस्तू मनात भरू लागली की, खिसा हां हां म्हणता रिकामा होऊ लागतो! लाकडी आंबे, केळी वगैरे फळे खऱ्या फळांपेक्षा फार महागडी असतात. वर्षानुवर्षं न नासणाऱ्या या फळांना जास्त किंमत पडायचीच! लाकडी सामानाच्या दुकानात इतका विविध माल भरलेला असतो की, नुकतेच लग्न झालेल्या तरुणीपासून तो वृद्ध संन्याशापर्यंत कुणीही दुकानात पाऊल टाकले, तरी काही खरेदी केल्यावाचून त्याला राहवणारच नाही. विवाहित तरुणी मंगळागौरीकरिता देव्हारा घेईल, तर संन्यासी खडावांना आश्रय देईल, एवढाच काय तो फरक! लाकडी सामानाप्रमाणे प्रवासी येथून दुसरीही एक वस्तू क्वचित घेऊन जातो. ही मोफत मिळणारी वस्तू म्हणजे मलेरिया होय! मध्यंतरी सावंतवाडीवरील याचे प्रेम बरेच कमी झाले होते,

पण यंदा ते दुप्पट जोराने उसळून आले आहे. मलेरिया महाशयांना दोन पावले दूर ठेवायचे असल्यास शरीरसंरक्षक म्हणून किनाइन बरोबर असलेले बरे!

वेंगुर्ले

मोटारीत एक तास काढला की, सावंतवाडीचा प्रवासी वेंगुर्ल्यात प्रवेश करतो. डाव्या बाजूचा मिशन हॉस्पिटलचा विस्तार एखाद्या विस्तृत प्रस्तावनेप्रमाणे पाहणाराच्या मनात नगरग्रंथासंबंधाने उत्सुकता उत्पन्न करतो. पण एखाद्या पुस्तकापेक्षा त्याची प्रस्तावनाच सरस असावी, हा अनुभव येथेही येतो. घाटावर मिरजेचे जे महत्त्व, तेच कोकणाच्या बाजूला वेंगुर्ल्याचे! अवघ्या दोन तपांत मिशनने लहानशा बीजाचा येथे वटवृक्ष केला आहे. खुद्द वेंगुर्ले गावात जे जे दिसेल, ते ते पाहावे कारण विशेष पाहण्यासारखे असे काहीच नाही. नाही म्हणावयाला कोकणात क्वचितच आढळणारे नाटकगृह येथे आहे. काजूचा कारखाना व मालाच्या वखारी, इंग्रजी-मराठी शाळा, मोठी मंडई इत्यादी पाहण्यात प्रवाशाचा थोडासा वेळ जाणारच. गावचा मुख्य भाग संपल्यानंतर एक-दीड मैल चालल्यावर बंदर येते. बंदरावर फिरण्यात विशेषत: संध्याकाळी – निराळ्या प्रकारचा आनंद आहे. मात्र पणजीला जाण्याकरिता रात्री बंदरावर झोपण्याची पाळी आली, तर बंदर हे आनंदपर्यवसायी नाटक नसून शोकपर्यवसायी आहे, असा पक्का ग्रह झाल्यावाचून राहणार नाही. वेंगुर्ले शहराची रचना एका आडव्या दांड्याला जोडलेल्या उभ्या दांड्याप्रमाणे आहे. गोमंतकात रेल्वे होण्यापूर्वी व्यापाराचे केंद्र या दृष्टीने वेंगुर्ल्याचे फार महत्त्व होते, असे म्हणतात. सध्या देखील वेंगुर्ले महाल व सावंतवाडी संस्थान यांचे मुख्य बंदर या दृष्टीने येथे बराच व्यापार चालतो.

वेंगुर्ल्याहून शिरोडे अवघे आठ मैल आहे. हा प्रवास पायी व प्रात:काळी केल्यास प्रवाशाच्या दृष्टीला अनेक मौजा दृष्टीस पडतील.

विद्यामृत व चहा

वेंगुर्ल्यापासून शिरोड्यापर्यंत लागणारी चहाची दुकाने मोजून परक्या मनुष्याला जेवढे आश्चर्य वाटेल, तेवढाच आनंद या टापूत मुलामुलींच्या शाळांची संख्या किती आहे, हे कळल्यावर त्याला होईल. लहान लहान गावे तर सोडाच, पण चिमुकल्या गावाच्या चिमण्या वाडीतसुद्धा एखादी लहान शाळा मधूनच आपले डोके वर काढते. उभादांडे मागे टाकला की, पायी प्रवास करणाऱ्या मनुष्याला पुढे तीन मैल दरी, समुद्र व वनश्री यांचे विविध देखावे दृष्टीस पडतात. मध्ये लागणारी तर ओलांडली की, जिकडे-तिकडे माडच माड दिसू लागतात. शिरोड्याच्या

अलीकडे एका मैलावर आरवलीच्या वेतोबाच्या भव्य मूर्तीचे त्याला रस्त्यावरून देखील दर्शन घेता येईल.

वेतोबा आणि एक म्हण

घाटावरून आलेल्या नास्तिक प्रवाशाला खंडोबा परिचित असला, तरी 'वेतोबा' ऊर्फ वेताळ याचे नाव त्याने मराठी म्हणींच्या पुस्तकातच वाचले असण्याचा संभव आहे. त्याने कृपा करून या म्हणीची आठवण, निदान उच्चार तरी येथे करू नये. वेतोबा हे जागृत दैवत आहे, असे इकडील भाविक लोक मानतात. त्याच्यासाठी दर वर्षी वहाणांचा 'स्पेशल' जोड तयार करण्यात येतो आणि त्याच्या मध्यरात्रीच्या फेरफटक्यामुळे झिजूनही जातो, अशी इकडे समजूत आहे. आमच्या शाळेतील आरवली गावच्या मुलांनी एकदा फणशी फळ्यांच्या बाकावर न बसण्याचा सत्याग्रह केला होता. कारण विचारले, तेव्हा वेतोबाची मूर्ती फणसाच्या झाडाची केली आहे, असे उत्तर मिळाले. ही सत्याग्रह करणारी मुले बोलून-चालून इंग्रजी शाळेतील असल्यामुळे ती लवकरच फणसाशी संबंध असलेल्या बाकांवर बसली, पण आरवलीतील शंभर नंबरी वेतोबाभक्त फणसाच्या लाकडाच्या पाटावरसुद्धा बसत नाहीत! फणस मात्र ते खातात! झाडाविषयीचा आदर फळाविषयी दाखविण्याइतकी त्यांची श्रद्धा अंध नाही, हे यावरून उघड दिसते.

सत्याग्रह

आरवलीची सीमा कुठे संपते व शिरोडे कुठे लागते, हे नवख्या मनुष्याच्या लक्षात येणे शक्य नाही. शिरोडे म्हटले की, सत्याग्रहाचे स्मरण पाहुण्यांना व्हावे, यात नवल नाही. शाळा, बाजार वगैरे मामुली गोष्टी मागे टाकून रेडीचा रस्ता सुधारला की, मिठागरे दिसू लागतात. बुद्धिबळाच्या पटावरील घरांप्रमाणे दिसणाऱ्या मिठागरातील लहान लहान कोंड्या, त्या कोंड्यांत पाणी घेण्याची पद्धत, त्या पाण्यावर उत्पन्न होणारा मिठाचा तवंग, हलक्या हाताने तो काढण्याचे कौशल्य इत्यादी गोष्टी फेब्रुवारी ते मे या चातुर्मासातच पाहावयाला मिळतात. गतवर्षी मिठाच्या कायदेभंगाच्या वेळी ज्या ठिकाणी सत्याग्रह्यांवर लाठीमार झाला होता, तेथे जयस्तंभ उभारण्याची एक सूचना त्याच वेळी अटक झालेल्या एका सत्याग्रही गृहस्थांनी केली होती. ती अमलात आली असती, तर शिरोड्याला एक प्रेक्षणीय जयस्तंभ आहे, असे तरी म्हणता आले असते.

मिठागरे मागे टाकून नदी ओलांडली की, रेडीचा 'यशवंतगड' हा किल्ला दिसू लागतो. सिंधुदुर्गासारखा हा जलदुर्ग नाही, पण हा किल्ला अगदी किनाऱ्यालगत

असल्यामुळे याच्यावरून समुद्राचे सौंदर्य चांगले दिसते. या किल्ल्याला संभाजी काळी व तत्पूर्वीही महत्त्व असावे. कोकणाच्या प्राचीन इतिहासात रेडी गावाचे महत्त्व बरेच आहे. यासंबंधी इतिहाससंशोधक म्हणून चार-दोन गोष्टीसुद्धा मला सांगता येतील, पण त्या इतरांच्या पुस्तकात आधीच आल्या असल्यामुळे संशोधनापेक्षा चोरीचेच श्रेय माझ्या पदरात पडण्याचा अधिक संभव आहे. तेव्हा त्या न सांगितलेल्याच बऱ्या.

यशवंतगडाहून शिरोड्याला घरी परत जाता जाता पाहुण्यांशी जरा मोकळेपणाने बोलायला हरकत नाही. त्यांना जरी मोठमोठ्या इमारती या बाजूला पाहायला मिळाल्या नाहीत, तरी त्यांची उणीव समुद्र आणि वनश्री यांच्या दर्शनाने खास भरून निघेल. सर्व महाराष्ट्रात मशहूर अशी मोठी माणसे या प्रवासात त्यांना भेटणार नाहीत, पण आपल्या मर्यादित क्षेत्रात चांगले काम करणारे समाजसेवक, संपादक, शिक्षक, कुशल कारागीर आणि धाडसी खलाशी त्यांच्या दृष्टीला पडल्यावाचून राहणार नाहीत.

ही मराठीच का?

कोकणी भाषा ऐकून ही मराठीच का, असे पाहुण्यांना प्रथम कोडे पडेल. १९१६ साली मी प्रथमत: कोकणात पाऊल टाकले. सावंतवाडीहून नानेली या खेड्याकडे पायी जात असताना वाटेत एका कुणब्याने 'खैंसर चल्लांत?' असा प्रश्न मला केला. त्या वेळी जर्मन महायुद्ध सुरू असल्यामुळे या प्रश्नाचा अर्थ ' कैसर चळला आहे, नाही?' असा वाटून कोकणातील कुणब्याच्या जागतिक ज्ञानाचे मी मनात कौतुक केले! परीक्षकाच्या अज्ञानामुळे चुकीचे उत्तर देणाऱ्या विद्यार्थ्याला पहिल्या वर्गाचे गुण देण्यापैकीच हा प्रकार होता, हे मागाहून कळले. 'खैंसर' म्हणजे 'कुठे' हा अर्थबोध होताच जागतिक ज्ञान 'कुठं चाललात?' हे विचारणाऱ्या मनुष्याच्या व्यवहारापेक्षा अधिक नाही, हे मी समजून चुकलो. 'काजीचा मोहला' हा इकडचा शब्दप्रयोग पाहताच परका मनुष्य इकडे मुसलमानांची वस्ती फार असावी, असा तर्क बांधील, पण त्याचा अर्थ 'काजूगर' एवढाच आहे.

प्रवासाची परीक्षा

या प्रवासात पाचही ज्ञानेंद्रियांची तृप्ती व्हावयाला हरकत नाही. कुणी कितीही डोळे भरून पाहिला, तरी आमचा समुद्र आटायचा नाही. कोकणी भाषा ऐकून

भाषाशास्त्रज्ञाला अभ्यास करण्याची बुद्धी झाली नाही, तरी करमणूक खास होईल. मासळीपासून सुरंगीसारख्या फुलापर्यंत ज्याला जो प्रिय असेल, तो पदार्थ त्याला इथे मिळू शकेल. कोकणात चांगल्या खानावळी नाहीत, म्हणून जीभ रागावली, तर तिचा राग शांत करण्याचा एक उपाय चैत्र-वैशाखात इकडे येणे हाच आहे. काजू, फणस, आंबे... पण राहू देच ते. उन्हाळा फार लांब आहे अजून.

हुकमाची पाने –

पत्ते खेळताना हुकमाची पाने हातात राखावी लागतात. या प्रवासवर्णनात मीही तसेच केले आहे. पाहुणे प्रत्यक्ष आल्यावर बोलायला काहीतरी शिल्लक पाहिजेच की नको? तेवढ्याकरिताच भुतेखेते, देवदेवस्की, जीवजिवाणू इत्यादिकांविषयीच्या गमतीच्या गोष्टींबद्दल मी अवाक्षर देखील काढले नाही. जुगार, जत्रा, हंगामी देशभक्त हे विषयसुद्धा काही कमी मौजेचे नाहीत! सृष्टिसौंदर्याबद्दल एवढी प्रसिद्ध असलेली आंबोली – तो तर माझ्या हातचा हुकमाचा एक्का आहे!

१९३१

खांडेकरांची सर्व लेखनवैशिष्ट्ये व्यक्त करणाऱ्या कथा

अबोली

वि. स. खांडेकर

'...कथाबीजं दाही दिशांनी मनात येऊन पडतात-- प्रत्यक्ष अनुभवलेल्या एखाद्या भावनेच्या छटेपासून तो सहजगत्या कानांवर पडलेल्या एखाद्या चार-दोन ओळींच्या घटनेपर्यंत.

अशा अनेक अनुभवांत कथाबीजं लपलेली असतात; पण ती सारीच फुलवण्याचं सामर्थ्य पुष्कळांच्या अंगी नसतं. मीही त्याला अपवाद नाही. झोपलेलं माणूस एकदम काही तरी टोचल्यामुळं जागं व्हावं, त्याप्रमाणं ज्या अनुभूतीनं संवेदना सचेतन होते आणि कल्पना, भावना आणि विचार यांच्या त्रिवेणी संगमानं न्हाऊ लागते, तीच पुढं स्वत:ला हवं तसं कथारूप धारण करू शकते.

अशा रीतीनं गेली पन्नास वर्षं मी कथापंढरीचा वारकरी राहिलो आहे. पहिल्या दहा-वीस वर्षांत मी तरुण वारकरी होतो. चालण्यात काय किंवा अभंग आळवण्यात काय, माझ्या ठिकाणी दुर्दम्य उत्साह होता. आता त्या उत्साहाची अपेक्षा करणं सृष्टिक्रमाला धरून होणार नाही. तथापि,गेल्या काही वर्षांत ज्यांचा कथारूपानं माझ्या हातून आविष्क झाला, असे काही अनुभव या संग्रहात प्रतिबिंबित झाले आहेत...

या संग्रहातील कथांनी कुणाचं थोडं सात्त्विक रंजन केलं, कुणाला थोडा वाङ्मयीन आनंद दिला, एखाद्याला त्यात दिलासा सापडला, तर त्या लिहिताना मला जो आनंद झाला, तो केवळ वैयक्तिक नव्हता, या जाणिवेनं माझं लेखन सफल झालं, असं मी मानेन.'

खांडेकरी लेखनाचे एक वैशिष्ट्य
ठरलेल्या रूपककथांचा छोटासा संग्रह

सोनेरी
सावल्या

वि. स. खांडेकर

वि. स. खांडेकरांनी लिहिलेल्या सार्वकालिक,
हृदयस्पर्शी तत्त्वांनी ओतप्रोत अशा रूपककथांचा
हा आणखी एक छोटासा संग्रह.

रूपककथा हे स्थूलनिर्देश करणारं शीर्षक.
प्रत्यक्षात त्या कधी लोककथेच्या वेशात
सामोऱ्या येतात, कधी कविमनानं कल्पिलेल्या
तत्त्वकथेच्या रूपात आपल्याला भेटतात.
कधी गद्यरूपात प्रकट झालेला तो अत्यंत
तरल असा काव्याविष्कार असतो.
खांडेकरांचा म्हणून जो विशेष वाचकवर्ग आहे,
त्याला या पुस्तकाचा याहून अधिक परिचय
आवश्यक आहे, असं नाही.